பேராசிரியர் க. பூரணச்சந்திரன் திருச்சி பிஷப் ஹீபர் கல்லூரியில் தமிழ்ப் பேராசிரியராகப் பணியாற்றி ஓய்வுபெற்றவர். பிறகு புதுவைப் பல்கலைக் கழகத்தில் எமரிடஸ் ஆய்வறிஞராக இருந்தவர். நாற்பது ஆண்டுகளாகக் கல்விப் புலத்திலும் அதற்கு வெளியேயும் ஆழமான பங்களிப்புகளைச் செய்துள்ளார். கோட்பாடு சார்ந்த ஆய்வுகளை முன்னெடுப்பதிலும் புதிய கோட்பாடுகளை மிகச் சரியான முறையில் அறிமுகப்படுத்துவதிலும் முன்வரிசையில் நிற்பவர். தமிழ், ஆங்கிலம், இந்தி ஆகிய மொழிகளில் புலமை நிறைந்தவர். அதன் காரணமாக மிகச் சிறந்த நூல்களைத் தமிழுக்கு மொழிபெயர்த்து அளித்தவர். தற்போது சென்னையில் வசித்துவருகிறார்.

பொருள்கோள்
ஓர் அறிமுகம்

தொல்காப்பியத்தை முன்வைத்து சில சிந்தனைகள்

க. பூரணச்சந்திரன்

அடையாளம்

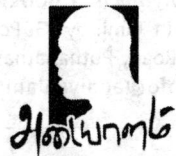

முதல் பதிப்பு 2021
© க. பூரணச்சந்திரன்
வெளியீடு: அடையாளம், 1205/1 கருப்பூர் சாலை, புத்தாநத்தம் 621310, திருச்சி மாவட்டம், இந்தியா, தொலைபேசி: 04332 273444, 9444 77 2686
நூல் வடிவம்: த பாபிரஸ், அச்சாக்கம்: அடையாளம் பிரஸ், இந்தியா
ISBN 978 81 7720 316 5
விலை: ₹ 140

PorulkOl nOkkil Tholkaappiyam is a book on Tholkaappiyam in the perspective of Hermeneutics in Tamil by G. Poornachandran, Published by Adaiyaalam, 1205/1 Karupur Road, Puthanatham 621310, Thiruchi District, Tamilnadu, India, email: info@adaiyaalam.net

இரு கண்கள் போல எனக்கு உதவிவரும்
என் துணைவியாருக்கும்
மகன் செவ்வேளுக்கும்

பொருளடக்கம்

	அறிமுகம்: தமிழ் உரைமரபும் பொருள்கோளியலும்	ix
	முன்னுரை	xiii
1	பொருள்கோள் ஓர் அறிமுகம்	1
2	மேற்கத்தியப் பொருள்கோள் வரலாறு - 1	13
3	மேற்கத்தியப் பொருள்கோள் வரலாறு - 2	26
4	அண்மைக்காலப் பொருள்கோள் சிந்தனைகள்	46
5	தொல்காப்பியப் பாயிரம்	57
6	தொல்காப்பியர் கூறும் பொருள்கோள்	68
7	தொல்காப்பியரின் பொருள்கோள் அமைப்பு	83
8	தொல்காப்பியர் காட்டும் பொருள்கோள் உத்திகள்	92
9	தொல்காப்பியரின் பொருள்கோள் முறை	102

10 தொல்காப்பியரின் சிறப்புப் பொருள்கோள் முறைகள்   110
முடிவுரை: நிறைவு என்பது இல்லை   119
உசாத்துணை   122

அறிமுகம்

தமிழ் உரைமரபும் பொருள்கோளியலும்

முனைவர் அ. சதீஷ்
பொறுப்பாளர், தொல்காப்பியர் ஆய்வு இருக்கை
உலகத் தமிழாராய்ச்சி நிறுவனம், சென்னை

தமிழில் கி.பி. 8ஆம் நூற்றாண்டு முதல் தொடர்ச்சியாக உரைகள் கிடைக்கின்றன. இந்த உரைகள் இந்திய அறிவு மரபுகளில் பெரும் சொல்லாடல்களை நிகழ்த்தியுள்ளன. மூலத்தைப் புரிந்து கொள்ள பல்வேறு வழிகளில் உரைகள் முயற்சி செய்துள்ளன. பழம்பனுவல்களைத் தன்னுடைய காலத்தில் விளக்கமளிக்கும் உரையாசிரியர்கள் பல தன்மைகளில் மூலத்தை விளக்க முயன்றுள்ளனர். உரைகள் குறித்து நிகழ்த்தப்பட்ட ஆய்வுகள் பெரும்பாலும் உரையின் சொற்பொருள் விளக்கத்திறன், உரையின் கூறுகள் ஆகியவற்றை விளக்குவதாகவே அமைந்துவிடுகின்றன. பெரும்பாலான ஆய்வுகள் மூலநூல்களை, உரைகளைப் பார்க்காமலேயே 'உரையாசிரியர்கள்' நூலை மட்டும் அடிப்படையாகக் கொண்டு கருத்துக் கூறும் போக்கு நிகழ்ந்துவிடுகிறது. உரைகளை நுட்பமாக ஆராய வேண்டிய தேவை மிகவும் அவசியமான பணியாகும். அத்தகைய பணியை முன்னெடுக்க உலக அளவில் இலக்கியப் பொருள்கோடல் எவ்வாறு நிகழ்ந்துள்ளன என்பது குறித்த அறிமுகமும் ஆய்வும் தேவையான ஒன்றாக அமைகிறது. அந்தத் தேவையைக் கருத்தில் கொண்டு உருவாக்கப் பட்டுள்ளது இந்த நூல்.

பேராசிரியர் க. பூரணச்சந்திரன் அவர்கள் கடந்த நாற்பது ஆண்டுகளாகத் தமிழ்ப் புலமைச் சூழலில் அழுத்தமான பங்களிப்பைச் செய்துவருகிறார். கோட்பாட்டு ஆய்வுகளைக் கண்டுகொள்ளாமல்-அறியாமல்-அறிந்துகொள்ளவும் ஆர்வமில்லாமல் தற்சோம்பல் காரணமாக நிராகரித்துவரும் தமிழ்க் கல்விச் சூழலில், கோட்பாடுகளைத் தொடர்ந்து அறிமுகப்படுத்தியும் தமிழோடு இணைத்தும் ஆய்வுகளை மேற்கொண்டு வருபவர் பேராசிரியர் க. பூரணச்சந்திரன். தொல்காப்பியர் ஆய்வு இருக்கையில் நடைபெற்று வரும் சிறப்புச் சொற்பொழிவு வரிசையில் பொருள்கோள் குறித்து உரை நிகழ்த்தக் கேட்டவுடன் தன் உடல்நிலையையும் பொருட்படுத் தாமல் வருகைதந்து உரை நிகழ்த்தினார். உரையின் ஆழத்தையும் அதன் நிகழ்காலத் தேவையையும் உணர்ந்து, விரித்து நூலாக எழுதித் தரும்படி கேட்டுக் கொண்டதற்கிணங்க, இந்த நூலை அளித்துள்ளார்.

பேராசிரியரே இந்த நூலில் குறிப்பிடுவது போன்று பொருள் கோளியல் கோட்பாடு குறித்து தமிழில் வெளிவரும் முதல் நூல் இது. தமிழில் இந்தக் கோட்பாடு குறித்து ஆர். சிவகுமார் அவர்கள் மேலும் இதழில் இரண்டு கட்டுரைகள் எழுதியுள்ளார். சாகித்திய அகாதெமி தமிழில் மொழிபெயர்த்து வெளியிட்டுள்ள 'அமைப்பியல் பின்னமைப்பியல் மற்றும் கீழைக்காவியவியல்' என்னும் நூலில் கோபிசந்த் நாரங் அவர்கள் இந்தக் கோட்பாடு குறித்த அறிமுகத்தை வழங்கியுள்ளார். ஆனால் கீழைக்காவியவியல் பற்றி விரிவான ஆழமான அறிமுகத்தை வழங்கியிருக்கும் அந்த நூலில் தமிழின் இலக்கிய மரபு குறித்தோ தொல்காப்பியரின் இலக்கியக் கோட்பாடுகள் குறித்தோ ஒரு சொல்லும் இடம்பெறவில்லை என்பது நோக்கத்தக்கது. தொடக்க கால காலனிய ஆய்வாளர்களின் பார்வையான இந்திய மரபு என்பது சமஸ்கிருத மரபு மட்டும்தான் என்ற ஒற்றைப் பார்வை தற்காலத்திலும் தொடர்கிறது என்பதற்கு இந்த நூல் ஓர் உதாரணம்.

இந்தச் சூழலில்தான் தென்னிந்திய அறிவுமரபின் முதன்மையான கோட்பாட்டு நூலாகக் கிடைக்கும் தொல்காப்பியத்தை ஒரு பொருள்கோள் நூலாக அடையாளம் காணுகின்றது இந்த நூல். தொல்காப்பியம் முழுமையுமே இலக்கியங்களை எவ்வாறு பொருள் கொள்ளுவது என்பது குறித்து அமைந்துள்ள தன்மைகளை விளக்குகிறது. தொல்காப்பியம் ஒரு கோட்பாட்டுப் பனுவல். அது

பல்வேறு அறிவுத் துறைகளோடு உறவு கொண்டுள்ளது. எந்தவொரு அறிவுத்துறை பற்றிய ஆய்வுக்கும் தொல்காப்பியம் இடமளிக்கிறது. அவ்வறிவுத் துறைகளுக்கு ஆக்கபூர்வமான பங்களிப்புகளை வழங்குகிறது. அந்த அடிப்படையில் பொருள்கோளியலுக்குத் தொல்காப்பியத்தின் கொடை அளப்பரியதாக அமைகிறது. அதன் நுட்பங்களை மறுவாசிப்பின் மூலம் இந்த நூல் வெளிப் படுத்துகிறது.

தொல்காப்பியர் குறிப்பிட்டுள்ள மொழிபுணர் இயல்பு என்னும் கருத்தைப் பொருள்கோள் என்று உரையாசிரியர்கள் அடையாளப்படுத்துகின்றனர். திறனாய்வாளர்கள் பலரும் அதையே வழிமொழிந்தனர். இலக்கியப் பொருள்கோளியலாக அவற்றை அடையாளப்படுத்தினர். இந்தச் சூழலில் மொழிபுணர் இயல்பை முழுமையான பொருள்கோள் முறையாகக் கருத முடியாது என்ற வாதத்தை முன்வைத்து, தொல்காப்பியத்திலுள்ள ஆக்க பூர்வமான பொருள்கோடல் முறைகளைத் தொகுத்து ஆய்வுக்கு உட்படுத்தி,

கண்ணினும் செவியினும் திண்ணிதின் உணரும்
உணர்வுடை மாந்தர்க்கு அல்லது தெரியின்
நல்நயப் பொருள்கோள் எண்ணருங்குரைத்தே (தொல். மெய். 275)

என்னும் நூற்பாவிலேயே உண்மையான பொருள்கோள் முறையைக் கூறியுள்ளதாக நிறுவுகிறது இந்த நூல். வேறு பல நூற்பாக்களையும் சான்றுகளாகக் கொள்கிறது. தொல்காப்பியத்தில் கூறப்பட்டுள்ள பொருள்கோள் முறைகளை விளக்கியுள்ளது போலவே தொல்காப்பியம் பொருள் கொள்ளப்பட்ட தன்மைகளையும் மீளாய்வுக்கு உட்படுத்தி இதுவரை எழுப்பப்படாத பல கேள்விகளை எழுப்பி மறுபொருள் கோடல் செய்ய முயல்கின்றது.

மேற்கத்தியப் பொருள்கோள் மரபுகள் குறித்த அறிமுகத்தை இந்த நூல் தெளிவான முறையில் எடுத்துரைக்கிறது. அந்தக் கோட்பாடு சார்ந்த தத்துவ விவாதங்களுக்கு அதிகம் செல்லவில்லை என்று நூலாசிரியர் குறிப்பிடுகிறார். இது தன்னடக்கமான வார்த்தைகள். கோட்பாடு சார்ந்த ஆய்வுகள் எப்பொழுதும் முடிவடையாதவை. தொடர்ச்சியாக வளர்த்தெடுக்கப்படுபவை. எனவே இந்த நூலின் கருத்துகளை விரிவான நிலையில் வளர்த்தெடுக்க வேண்டிய தேவையுண்டு. இந்த நூலை அடிப்படையாகக் கொண்டு தொல்காப்பிய உரைகளையும் பிற உரைகளையும் ஆராயலாம்.

இந்த நூலை உருவாக்கிய நூலாசிரியர், கோட்பாடு சார்ந்த விரிவான ஆய்வுகளை நிகழ்த்தி மேலும் சில நூல்களைத் தருவார் என எதிர்பார்க்கலாம்; வாசகர்களாகிய நாமும் அந்தப் பணியை முன்னெடுக்கலாம்.

முன்னுரை

பொருள்கோள் என்பது ஒரு பனுவலின் விளக்கத்தையும் அர்த்தத்தைப் புரிந்துகொள்ளலையும் பற்றிய துறையாகும். இதைச் சிலர் உரை விளக்க இயல் என்றும் சொல்கிறார்கள். இன்று பொருள்கோள் மதம் தவிர, வரலாறு, சமூகவியல், சட்டத்துறை, மானிடவியல் போன்ற பல துறைகளில பயன்படுத்தப்படுகிறது. தமிழில் ஏராளமான உரைகள் இருந்தபோதிலும் பொருள்கோள் துறை மட்டும் வளர வில்லை. சம்ஸ்கிருதத்திலும் பாஷ்யங்கள் பல இருந்தபோதிலும் இதே நிலைதான் என்று கோபிசந்த் நாரங் சாகித்திய அகாதெமி வெளியீடான அமைப்புமையவாதம் குறித்த தம் நூலில் எழுதியுள்ளார்.

பொருள்கோளுக்கெனத் தனியான செயல்முறையோ கடைப்பிடிக்க வேண்டிய சட்ட திட்டங்களோ கிடையாது. பனுவல்களின் அர்த்தத்தை நுட்பமாகப் புரிந்துகொள்வதற்கெனப் பல நூற்றாண்டுகளாக வழங்கிவரும் ஒரு தத்துவ நோக்கு இது. ஆனால் நம் நாட்டில் இந்த மரபு பற்றிய கோட்பாடுகள் தனியாக வகுக்கப்படாத காரணத்தால் இது இலக்கியத் திறனாய்வுடனோ உரையாசிரியர்களின் உரை களுடனோ இணைந்து செல்லவில்லை.

கோட்பாடுகள் பற்றி மிகுதியாகப் பேசப்பட்ட இருபதாம் நூற்றாண்டின் இறுதிப் பகுதியிலும் தமிழில் இத்துறை பற்றி இதுவரை ஆய்வாளர்களின் கவனம் செல்லவில்லை. எனவே தமிழில் பொருள்கோள் பற்றி எழுகின்ற முதல்நூல் இது. அதனால் இந்த நூலில் பொருள்கோள் வரலாறு பற்றிச் சிறிது பேசப்பட்டாலும், தத்துவ அடிப்படைகள் பற்றிப் பேசப்படவில்லை. குறிப்பாக, நிகழ்வுவாதத்திற்கும் (ஃபினாமினாலஜிக்கும்) இந்தத் துறைக்கும் நெருங்கிய தொடர்புண்டு. நம்நாட்டுத் தத்துவ மரபுடன் ஒன்றிச் செல்லக்கூடிய இதற்குள் ஏன் ஆய்வாளர்கள் இதுவரை செல்ல வில்லை என்பது வியப்புக்குரிய ஒன்றே. இந்தத் துறையில் ஆர்வம் காட்ட முனைந்து தங்களைத் தகுதிப்படுத்திக் கொண்டு பலர் முன்வருவார்களேயானால், இவை பற்றி விரிவாகப் பேச இயலும்.

நிகழ்வுவாதத் தத்துவமே அன்றி, வாசக நோக்குத் திறனாய்வு என்பதோடும் மிக இணைந்து செல்லும் துறை இது என்று மட்டும் சுட்டிச் செல்லலாம்.

பொருள்கோள் பற்றி உலகத் தமிழாராய்ச்சி நிறுவனத்தில் பேசுவதற்கான வாய்ப்பினைத் தந்து, பிறகு அதனைப் பொருள்கோள் பற்றிய நூல் எழுதும் வாய்ப்பாகவே ஆக்கித் தந்து, உடனே அதை வெளியிட்ட உலகத் தமிழாராய்ச்சி நிறுவன இயக்குநர் அவர்களுக்கு என் உளமார்ந்த நன்றிகள் உரியன. இந்த வாய்ப்பு களுக்குப் பலவகைகளிலும் உதவிய தொல்காப்பிய ஆய்வு இருக்கைப் பொறுப்பாளரும் தலைவரும் பேராசிரியருமான முனைவர் அ. சதீஷ் அவர்களுக்கும் மனம் நிறைந்த நன்றிகள்.

முதற் பதிப்பில் இலக்கியப் பொருள்கோள் முறையை அறிமுகப் படுத்துவதற்கான முயற்சியாக இந்த நூலின் இறுதியில் இரண்டு சான்றுகள், இரு பகுதிகளாக இணைக்கப்பட்டிருந்தன. அவற்றை இந்தப் பதிப்பில் தேவையில்லை என்று கருதி நீக்கிவிட்டேன். அது தனியாக மற்றொரு நூலாகத் தொடரும். ஆனால் கோட்பாட்டுப் பகுதியைச் சற்றே எளிமைப்படுத்தியும் புதிய செய்திகளைச் சேர்த்தும் இந்தப் பதிப்பைச் செம்மைப்படுத்தியுள்ளேன். எனவே இது ஒரு புதிய பதிப்பாக வருகிறது.

க. பூரணச்சந்திரன்

பொருள்கோள்
ஓர் அறிமுகம்

1
பொருள்கோள் ஓர் அறிமுகம்

கிரேக்கப் புராணக் கதைகளைப் பற்றிய நூல்களில் இரண்டு கால்களிலும் இறக்கைகொண்ட அழகான இளம் கடவுளின் படம் ஒன்றைப் பார்த்திருக்கலாம். ஹெர்மிஸ் என்ற பெயர்கொண்ட அவன், கடவுளர்க்கிடையிலும், கடவுளரிடமிருந்து மனிதர்களுக்கும், தூது செல்பவனாகவும், எல்லைகளைக் காப்பவனாகவும், இறந்து போனவரின் ஆன்மாக்களைக் கீழுலகிற்குக் கொண்டு செல்பவனாகவும் பணிசெய்பவன் (ரோமானிய மரபில் இவனை புதன்/ மெர்க்குரி என்பார்கள்). மொழியையும் பேச்சையும் கண்டுபிடித்தவனாகவும் இவன் கருதப்படுகிறான். தூதுவிளக்கம் தருபவனாக இருப்பதாலேயே அவன் பொய்யனாகவும் திருடனாகவும் தந்திரக் குறும்புகள் செய்பவனாகவும் இருக்கிறான். இந்தப் பண்புகள், பொருள்கோள் என்ற துறைக்கு அவனை மிகச் சரியான பிரதிநிதி ஆக்குகின்றன.

கிரேக்கர்கள் உண்மைக்கோ பொய்க்கோ இட்டுச்செல்லும் குறிகளைக் கொண்டதாகவும் பொருள்மயக்கம் தருவதாகவும் மொழியைக் கருதினார்கள். சொற்களுக்கு வெளிப்படுத்தும் சக்தியும் உண்டு, மறைக்கும் சக்தியும் உண்டு என்பார் சாக்ரடீஸ். மொழியின் இப்பண்புகள் அனைத்தும் ஹெர்மிஸுக்குப் பொருந்துகின்றன. மேலும் ஹெர்மியோஸ் என்பவன் டெல்ஃபி கோயிலின் குருவாக இருந்தவன். இறைவனின் முன்னறிவித்தல்களைச் சொல்வது அவன் வேலை. அந்த அறிவிப்புகள் யாவும் ஈரடித்தன்மை வாய்ந்தனவாக இருந்தன. இந்தப் பெயரிலிருந்து பொருள்கோளைக் குறிக்கும் கிரேக்கச்சொல் வந்திருக்கலாம் என்பர். பொருள்கோள் என்பதை ஆங்கிலத்தில் ஹெர்மனூடிக்ஸ் (Hermeneutics) என்ற சொல்லால் குறிப்பர்.

பொருள்கோள் என்றால் என்ன?

பொருள்கோள் என்பதை 'ஒரு பனுவலுக்குப் பொருள் விளக்கம் தருதலும் அதைப் பகுத்து ஆராய்தலும் பற்றிய கோட்பாடு' (Theory of Textual Interpretation and Analysis) என்று விளக்குவார்கள். பொருள்கோள் என்றால் விளக்கம் தருதல். வாழ்க்கையின் எல்லா இடங்களிலும் விளக்கம் என்பது நிகழ்கிறது. நாம் நாவல்கள், நாடகங்கள், அருவக் கலை, இசை, திரைப்படம், சட்டங்கள், ஒப்பந்தங்கள் போன்றவற்றையும் பகவத்கீதை, குர்ஆன், பைபிள் போன்ற மதப் பனுவல்களையும் அர்த்த விளக்கம் செய்கிறோம். அவை மட்டுமல்ல, நாம் சந்திக்கும் மனிதர்களின் முகபாவங்களையும் சைகைகளையும் செயல்களையும் நாம் விளக்கம் கொள்ள முனைகிறோம். ஒரு பனுவலுக்கு அல்லது சூழலுக்கு அர்த்தத்தைப் புரிந்துகொள்வதுதான் விளக்குதலின் நோக்கம். விளக்கு என்பது ஒளிதருவது. விளக்குதல் என்றால் ஒளிதருவது என்று அர்த்தமாகிறது.

இதனால் நாம் ஏதோ ஒன்றைப் புரிந்துகொள்ளாமல் இருட்டில் இருக்கும்போதுதான் விளக்குதல் (ஒளி தருவது) என்பது தேவைப் படுகிறது என்றாற் போல் தோன்றுகிறது. இலக்கியங்கள், சட்டவிதிகள் போன்றவற்றுக்கு விளக்கம் தேவை என்பதைப் பெரும்பாலும் யாவரும் ஒப்புக்கொள்கிறார்கள். உச்சநீதிமன்றம் அரசியல் சட்டத்துக்கு விளக்கம் அளிக்கிறது. வாழ்க்கையின் பிற பகுதிகளில், அவ்வளவாக விளக்கம் தேவை என்று நாம் நினைப்பதில்லை.

இங்கே இதுவரை கூறிய அளவில், பொருள்கோள் என்பது கடினமான பனுவல்களை விளக்குகின்ற விதிகளை அல்லது முறைகளைக் கொண்ட ஒன்றாகத் தோன்றுகிறது. ஆனால், சாதாரணமான இடங்களிலும், உதாரணமாக, சாலையின் சிக்னலில் ஒரு சிவப்பு விளக்கு எதிர்ப்படும்போதும்கூட நம் ஆழ்மனம் தானாகவே அதன் பொருளைப் புரிந்துகொள்கிறது. உடனே நம் வாகனத்தை நிறுத்துகிறோம். எனவே பொருள்கோள் என்பதைப் புரிந்துகொள்ளும் கலை என்றும் விளக்கலாம். ஏதோ ஒரு பொருளின் அர்த்தத்தை—அது செய்தித்தாளின் விஷயமாக இருந்தாலும், கம்ப ராமாயணக் கவிதையாக இருந்தாலும், நம் தமிழின் பழங்கால வரலாறு, பண்பாடு பற்றிய செய்தியாக இருந்தாலும்—எதுவாயினும் புரிந்துகொள்ள முயன்றால், நாம் பொருள்கோள் என்ற செய்கையில் ஈடுபடுகிறோம். முக்கியமாக, விளக்கம் என்பது ஒரு பனுவலுக்கு உரை வரைதல். செய்யுளுக்கு விளக்கம் தருதல், நூற்பொருளைப்

பகுப்பாய்வு செய்தல் போன்றவையும் பொருள்கோள் என்ற துறைக்குள் அடங்கும்.

பொருள்கோளில் உரை விளக்கம் தருவது அல்லது உரைசெய்வது என்பது ஒரு பகுதியாக அமையக்கூடும்; ஆனால் அதற்கும் மேலாக, உரைவிளக்கம் எப்படிச் செய்கிறோம் என்பது பற்றிய பகுப்பாய்வு விதிகள், முறைகள் கொண்ட துறையாக அமைவது பொருள்கோள். பொருள் கொள்வதன் காரணத்தன்மை, காலத்தன்மை, கலாச்சாரத் தன்மை போன்ற பல்வேறு விஷயங்கள் பற்றிய ஆய்வு பொருள்கோள் என்பதில் அடங்கியிருக்கின்றது. ஆனால் பொருள்கோள் என்பது இந்த விதிகள், முறைகளுடன் அடங்கிவிடுவதல்ல. அது ஒரு திட்ட வட்டமான அறிவியல் என்பதைவிட அது ஒரு கலை.

பொருள்கோள் என்பதை ஒரு முக்கோணம் வாயிலாக விளக்கலாம். முக்கோணத்தின் முதல் முனை, ஏதோ ஒரு மூலத்திலிருந்து பெறப்படும் ஒரு குறி, குறியீடு, செய்தி, பனுவல் அல்லது நூலைக் குறிக்கிறது. அதைக் கொண்டுசெல்லும் வாயில் அல்லது விளக்குவோன் இரண்டாம் முனை. அதைப் பெறுபவன் அல்லது வாசகன் மூன்றாம் முனையாகிறான். இந்த முக்கோண அமைப்பு, பனுவலின் இயற்கை யாது, ஒரு பனுவலைப் புரிந்துகொள்வது என்றால் என்ன, எவ்விதம் வாசகர்களின் முற்சார்புகளாலும் நம்பிக்கைகளாலும் புரிந்துகொள்ளலும் விளக்கமும் பனுவலை பாதிக்கின்றன என்ற வினாக்களை எழுப்புகிறது. பொருள்விளக்கம் என்பது எப்படி ஒரு தத்துவப் பிரச்சினை ஆகிறது என்பதை மேற்கண்ட வினாக்கள் விளக்கும்.

பொருள்கோள் மேற்குநாட்டு ஆய்வில் மிகப்பெரிய துறையாக வளர்ந்திருக்கிறது. மேற்கண்ட வரையறைப்படி, பொருள்கோள் என்ற சொல் பதினேழாம் நூற்றாண்டில் முதன்முதல் ஆளப்பட்டது. இன்றும் உரைவிளக்கத்தில் எழுப்பப்படும் பல சமகாலக் கேள்விகள், மேற்கத்தியப் பொருள்கோளின் வரலாற்று வளர்ச்சியினூடே தோன்றியவை. சான்றாக,

1. ஒரு பனுவலைப் புரிந்துகொள்ளுதல் என்றால் என்ன? அதன் சாத்தியப்பாடுகளுக்கான நிபந்தனைகள் அல்லது நிலைமைகள் யாவை?
2. இயற்கை அறிவியல்களுக்கும் சமூக அறிவியல்களுக்குமான வேறுபாடுகள் என்ன?

3. எவ்விதமான புரிந்துகொள்ளலையும் சாத்தியப்படுத்தும் நிலைமைகள் யாவை?
4. புரிந்துகொள்ளல்-அர்த்தம் இவை தொடர்பான கருத்துச் சிக்கல் களை எவ்விதம் நாம் தீர்க்கமுடியும்? அவ்வாறு தீர்த்தல் எவ்வாறு பொருள்விளக்கும் பணியைப் புரிந்துகொள்ள உதவும்?

போன்றவை தத்துவப் பொருள்கோள் துறையின் அடிப்படையான கேள்விகள். தத்துவப் பொருள்கோள் என்பது, நமது கலாச்சார மரபு, மொழி, வரலாற்று மனிதர்களாக நமது இயற்கை ஆகியவை புரிந்துகொள்ளலை எப்படிச் சாத்தியமாக்குகின்றன என்பதை ஆராய்கிறது.

புரிந்துகொள்ளலும் விளக்கமும் இருவேறு விஷயங்கள் என்றாலும் ஒன்றினின்றும் மற்றது பிரிக்கமுடியாத தொடர்பு கொண்டவை. புரிந்துகொள்ளல் என்பது நம் மனத்தின் நனவுப் பகுதி, புறநனவிலிப் பகுதி ஆகியவற்றில் நிகழும் ஒரு செயல்முறை. ஆனால் விளக்கம் என்பதில் ஒருவன் பிரக்ஞைபூர்வமாக வரலாறு, பண்பாடு, சமூகம், மொழி ஆகிய காரணிகளை ஆராயவேண்டும். இம்மாதிரி ஒரு பனுவலின் குறிகளை விளக்குவதிலும், குறிப்பாகப் பனுவலின் மெய்யான அர்த்தம் என்பதை அணுகுவதிலும் பொருள்கோள் அக்கறை காட்டுகிறது.

மேற்கில் பொருள்கோளின் தொடக்கம்

மேற்கத்தியப் பொருள்கோள் இலியட், ஒடிசி ஆகிய காவியங்கள், கிரேக்கத் துன்பியல் நாடகங்கள், பிற அறிவுத்துறை நூல்கள் ஆகிய கிரேக்கச் செவ்வியல் நூல்களை விளக்குவதில் மட்டுமே தொடக்கத்தில் கவனம் செலுத்தியது. எனவே பொருள்கோள் பழங்கால கிரேக்க மொழியில் முதன்முதலாகத் தோன்றி வளர்ந்தது என்று கூறுவர்.

மறுமலர்ச்சிக்காலத்தின் பிற்பகுதியில், சீர்திருத்தக் கிறித்தவம் பிரிந்தது. அதற்கு முன்புவரை போப்ஆண்டவரும் அவருக்குக் கீழிருந்த குருமார்களும் மட்டுமே விவிலியத்துக்கு விளக்கம் தருபவர்களாக இருந்தார்கள். சீர்திருத்தக் கிறித்தவம், விவிலியத்தின் சொற்களை மட்டுமே நேராக ஏற்றதாலும், போப் ஆண்டவரின் ஆதிக்கத்தை மறுத்து மக்களிடம் விவிலியத்தைக்கொண்டு சென்றதாலும், யார் வேண்டுமானாலும் விவிலியத்தைத்

தாங்களாகவே புரிந்துகொள்ளலாம் என்றாயிற்று. எனவே சீர்திருத்த இறையியலாளர்கள் தத்தம் அளவில் விவிலியத்துக்கு உரைகாண முற்பட்டாலும், ஒரு மதநூலுக்கு உரை சொல்கிறோம் என்ற எச்சரிக்கை உணர்வோடு மிக கவனமாக வரலாற்று ஆராய்ச்சியின் வாயிலாகப் பொருள்காண வேண்டியிருந்தது. எனவே விவிலியப் பொருள்கோள் ஆராய்ச்சிக்கு வரலாற்று ஆராய்ச்சி ஆதாரமானது. அரமைக், ஹீப்ரூ, கிரேக்கச் சுவடிகளைத் தேடி அவற்றின் வாயிலாகப் பொருள் கொள்ளுதல் முறையாயிற்று. அதனால் சீர்திருத்த இயக்கம் தோன்றிய ஜெர்மனியிலேயே பொருள்கோளியலும் வளர்ந்ததில் வியப்பில்லை.

இதற்கு முன்பாகவே ஏறத்தாழ கி.பி. மூன்றாம் நூற்றாண்டு முதலாகவே விவிலியப் பொருள்கோள் துறை வளர்ச்சிபெற்று வந்தது. தொடக்க கால விவிலிய இறையியலாளரான ஓரிகன் என்பவர்,

– இலக்கண அடிப்படை
– ஒழுக்கவியல் அடிப்படை
– தொடர்உருவகவியல் (அலிகரி) அடிப்படை

ஆகிய மூன்று அடிப்படைகளில் பொருள்காண வேண்டும் என்று கூறினார்.

அவருக்குப் பின்வந்த புனித அகுஸ்தீன் இவற்றோடு, மறை உட்பொருள் காணுதல் (அனகாஜிகல் டைமென்ஷன்) என்ற ஒன்றையும் சேர்த்தார். ஆக, பொருள்கோள் துறையின் தோற்றக் காலத்திலேயே எந்த அடிப்படைகளில் பொருள் காண்பது என்ற கேள்வி மேற்கில் எழுந்துள்ளதைக் காணலாம். பிறகு, அறிவொளிக் காலச் சிந்தனை, மறை நூல்களும் வரலாற்றுப் பனுவல்களே என்பதை உணர்ந்தேற்றது. எனவே அவை கூறும் உண்மைகளும் அவற்றின் அர்த்தங்களும், அவற்றை இயற்றிய காலத்திற்கும் இடத்திற்கும் கட்டுப்பட்டவை என நோக்கியது. பொருள்கொள்ளும் செயல்முறைகளை அறிவொளிக்காலப் பகுத்தறிவியம் முறைப்படுத்தியது.

பதினெட்டாம் நூற்றாண்டு தொடங்கி இத்துறை வேகமாக வளர்ந்தது. முதலில் பொருள் விளக்கத்தின் இயற்கை, அதன் முக்கியத்துவம் எனக் கொஞ்சம் கொஞ்சமாகச் சிந்தனைகள் வளரலாயின. இந்தத் துறை வளர, ஜொஹான் ஆகஸ்த் எர்னஸ்டி, ஜொஹான் காட்ஃப்ரீடு ஹெர்டர், ஃப்ரீட்ரிக் ஷ்லெகல், வில்லியம் டில்தே போன்ற பலர் உதவியிருக்கிறார்கள். பின்னர் ஷ்லியர்மேக்கர்,

கடாமர் போன்ற பலர் இத்துறையை வளர்த்திருக்கிறார்கள். இவர்கள் பற்றி நாம் அடுத்து வரும் இயல்களில் காணலாம்.

தமிழில் பொருள்கோள்

இன்று, தமிழில் பற்பல நூல்களுக்கும் ஏராளமான உரைகள் உள்ளன. இவை யாவும் உரைவிளக்கம் என்ற துறையின் கீழ் வரக்கூடியவை. சமஸ்கிருதத்திலும் பாஷ்யங்கள் என்னும் உரைகள் உள்ளன. என்று உரைவரைதல் தோன்றியதோ அன்றே, வெளிப்படையாகத் தெரியாவிட்டாலும், பொருள்கோள் துறையும் தோன்றிவிட்டது எனலாம். ஒருவகையில், காலத்தினால் பொருள் மறைக்கப்பட்ட நூல்களை ஆராய்தல் என்ற முறையில், தமிழ்நாட்டிலும் தொல்காப்பியக் காலம் முதலாகப் பொருள்கோள் தோன்றி வளர்ந்திருக்கிறது என்று கூறலாம்.

எவ்விதம் தமக்குக் கவிதையைக் கலைவாணி அருளவேண்டும் என்று கேட்க வரும் பாரதி, ‘தெளிவுறவே அறிந்திடுதல், தெளிவுதர மொழிந்திடுதல்’ என்று தொடங்குகிறார். தெளிவுற அறிவதும், அதைத் தெளிவுற மொழிவதும் பொருள்கோளின் அடிப்படைகள் அல்லவா? குமரகுருபரர், அதற்கும் ஒருபடி மேலே சென்று, பொருளை மட்டுமல்ல, அதன் பயனையும் தமக்குத் தரவேண்டும் என்கிறார். சகலகலாவல்லி மாலையில், ‘பாட்டும் பொருளும் பொருளால் பொருந்தும் பயனும் என்பால் கூட்டும்படி நின் கடைக்கண் நல்காய்’ என்று கலைமகளை வேண்டுகிறார்.

பொருள்கோள்துறை பற்றி நூலெழுதிய ஆர். இ. பா(ல்)மர், ஹெர்மனூடிக்ஸ் என்ற சொல்லின் வேர்கள், hermeneuein என்ற கிரேக்க மொழி வினைச்சொல் (விளக்குதல்)லிலிருந்து வந்தவை என்று காட்டுகிறார். ஹெர்மனூயின் என்னும் வினைச் சொல்லுக்கு, சொல்லுதல், வெளிப்படுத்தல், உறுதிபடச் சொல்லுதல், அறிவித்தல் போன்ற அர்த்தங்கள் உள்ளன.

வாய்மொழியாகப் பேசுவதும் விளக்கும் செயலே ஆகும். ஆகவேதான் தொல்காப்பியம் வழக்கு (பேச்சுமொழியின் வாயிலாகத் தொடர்ந்துவரும் மரபு) என்பதற்கு அதிக மதிப்பளிக்கிறது. பொருளை விளக்குகின்ற பனுவலே தமிழில் ‘உரை’ என்றுதான் சொல்லப் படுகிறது (உரை-உரைத்தல், சொல்லுதல்).

நூல் எனப்படுவது நுவலுங் காலை
முதலும் முடிவும் மாறுகோள் இன்றித்

தொகையினும் வகையினும் பொருண்மை காட்டி
உள்நின்று அகன்ற உரையொடு புணர்ந்து
நுண்ணிதின் விளக்கல் அது அதன் பண்பே (தொல். செய்யு. 159)

இந்தத் தொல்காப்பிய நூற்பா, நூலைப் பற்றி மட்டும் கூறவில்லை, அதற்கு உள் நின்று அகன்ற உரை வேண்டும் என்றும் குறிப்பிடுகிறது. ஆகவே தமிழில் மிகப் பழங்கால முதலாகவே, தொல்காப்பியர் காலத்திற்கு முன்னிருந்தே நூல்கள் உரையுடனே விளங்கிவந்தன என்பதை அறியலாம். உள் நின்று அகன்ற உரை என்பதற்கு, ஒருவரது மனத்தின் ஆழ்நிலையில் பலகாலமாகத் தங்கியிருந்து பேச்சு வாயிலாக வெளிப்படுகின்ற விளக்கம் என்றும் பொருள்கொள்ளலாம். ஏனெனில் உரை என்ற சொல், பழங்காலத்தில் தமிழில் உரைகள் வாய்மொழியாகவே (உரைத்தல்) சந்ததிகளுக்குத் தரப்பட்டன என்பதைக் காட்டுகிறது.

தமிழ் மரபில், ஆசிரியர் தம் மாணவர்களுக்கு வாய்மொழியாகப் பழைய நூலுக்கு உரையும் விளக்கமும் கூறிவந்தார். இவ்வாறு ஒரு நூல், பல தலைமுறைகளைக் கடந்துவரும்போது ஒவ்வொரு பரம்பரைக்கும் உரிய கருத்துகளையும் விளக்கத்தையும் சேர்த்துக் கொண்டு வளர்ந்து வந்தது (அரவிந்தன், ப. 64).

இதற்கு ஆதாரமாக இறையனார் களவியல் உரைப்பகுதி அமைகிறது.

மதுரைக்கணக்காயனார் மகனார் நக்கீரனார் தம் மகனார் கீரங்கொற்றனார்க்கு உரைத்தார்;

அவர் தேனூர் கிழார்க்கு உரைத்தார்;

அவர் படியங்கொற்றனார்க்கு உரைத்தார்;

அவர் மணலூர் ஆசிரியர் புளியங்காய்ப் பெருஞ்சேந்தனார்க்கு உரைத்தார்;

அவர் செல்லூர் ஆசிரியர் ஆண்டைப்பெருங் குமாரனார்க்கு உரைத்தார்;

அவர் திருக்குன்றத்து ஆசிரியர்க்கு உரைத்தார்;

அவர் மாதவனார் இளநாகனார்க்கு உரைத்தார்;

அவர் முசிறி ஆசிரியர் நீலகண்டனார்க்கு உரைத்தார்.

இங்ஙனம் வருகின்றது உரை.

இந்தப் பகுதி பழங்காலத்தில் தமிழில் உரைகள் வாய்மொழியாகவே வழங்கின, அளிக்கப்பட்டன என்பதைக் காட்டுகிறது. காலத்தால் பிற்பட்ட இலக்கண விளக்கத்தில்தான் 'உரை எழுதினான்' என்ற

தொடரைக் காணமுடிகிறது. அதுவும் பேச்சு மொழியாக இருந்த ஒன்றை எழுத்து வடிவம் ஆக்கினான் என்றே பொருள்படுகிறது.

மேலும், மேற்கண்ட அரவிந்தனின் கூற்று, வாய்மொழி உரை என்பது செயலூக்கமற்ற ஒன்றல்ல, அது படைப்பூக்கமுள்ள ஒரு செயல் என்பதையும் காட்டுகிறது. வழிவழி உரைத்தல் என்பது ஒரு டேப்ரிகார்டர் போலத் திருப்பிச் சொல்லுதல் அல்ல. ஒரு வாக்கியத்தைக் கூறவும் அதன் பொருளைப் புரிந்துகொண்டிருத்தல் வேண்டும். புரிந்துகொள்ளல் என்பது மூலத்தை விளக்கப்படுத்தும் வாசிப்பின் வாயிலாக வருவது. புரிந்துகொள்ளப் புரிந்துகொள்ளப் புதுப்புதுக் கருத்துகள் உற்பத்தியாவதன் வாயிலாகவே அது வளர்கிறது. பொருள்கோள் என்பதை வெறுமனே விளக்குவது, விளக்கவுரை தருவது என்பதற்கப்பால், பா(ல்)மர், அது புரிந்துகொள்வது பற்றிய துறை என்று வலியுறுத்துகிறார். ஆகவே பொருள்கோள் என்பது ஒரு செயல்முறையாகவே பழங்காலத்தில் தமிழில் இருந்துவந்தது.

இருப்பினும், தமிழின் இடைக்கால உரையாசிரியர்கள் யாரும் 'எந்த அடிப்படைகளில் தாங்கள் பொருள் காணப்போகிறோம்' என்பது போன்ற கேள்விகளை எழுப்பவில்லை. ஒருவேளை அப்படிப்பட்ட கேள்விகள் அவர்கள் மனங்களில் இருந்திருக்கலாம். உரை விளக்கத்திலும் உரை எழுதுவதிலும் ஆர்வம் காட்டினார்களே ஒழிய அவர்கள் பொருள் கொள்வதின் இயல்பு பற்றி ஆராய முனைய வில்லை. அதனால் இந்தத் துறை பற்றி மிகுதியாகத் தமிழில் பேசுவாரில்லை. மிகவும் அதிகமான உரைகள் கொண்ட திருக்குறளுக்கும் அதன் உரையாசிரியர்கள் எந்த அடிப்படையில் உரை செய்தனர் என்பதை விளக்கவில்லை.

பத்தொன்பதாம் நூற்றாண்டுவரை ஓலைச்சுவடி களிலேயே எழுதவேண்டிய நிர்ப்பந்தம் இதற்குக் காரணமாக இருந் திருக்கலாம். உரையை விரிவாக எழுதவேண்டி வரும் இடங்களில் 'விரிவஞ்சி விடுத்தாம்' என்பதுபோன்று வரும் வாக்கியங்கள் இதனைக் காட்டும். எத்தனையோ விதக் கலைகளும் தொழில்நுட்பங்களும் தமிழில் இருந்தாலும் இப்படித்தான் கருவிப் பற்றாக்குறையோ வேறு குறையோ அவை பற்றிய கொள்கை நூல்களை இல்லாமற் செய்துவிட்டது, மேற்குநாட்டினர் தாங்களே எல்லாவற்றிற்கும் அதிகாரி எனப் பெருமையடித்துக் கொள்ளும் நிலையை உருவாக்கி விட்டது.

அண்மைத் தமிழ் நோக்கு

பொருள்கோள் துறைக்கான தமிழ்ச்சொற்கள் மிகத் துல்லியமாக அமைந்துள்ளன. நூல், பிரதி, பாடம் என்பவற்றைக் குறிக்க ஆளும் 'பனுவல்' என்ற சொல், பல் + நுவல் என்ற இரு சொற்களால் ஆகியது. பல விஷயங்களையும் நுவலுவது, பலவிதமாக நுவலுவது, பல அர்த்தங்களில் நுவலுவது என்றெல்லாம் இது பொருள்படுகிறது. பொருள்கோள் என்பதும் பொருள் (அர்த்தம்) கோள் (கொள்ளுதல்) என்ற இரண்டுசொற்களின் சேர்க்கையால் ஆகியதே. மேலே ஒரிகனும் அகுஸ்தீனும் கூறிய,

1. இலக்கண அடிப்படை
2. ஒழுக்கவியல் அடிப்படை
3. தொடர்உருவகவியல் அடிப்படை
4. மறைஉட்பொருள் காணுதல்

என்ற நான்கும் வியப்பளிக்கும் முறையில் சங்க இலக்கியத்துக்குப் பொருள் காணும் முறையை விளக்குவதற்குப் பொருந்துகின்றன. குறிப்பாகச் சங்க இலக்கிய அகப்பாக்களைக் கற்க, திணை-கூற்று, முதல்-கரு-உரிப் பொருள்கள் போன்ற பலவிதமான இலக்கண அடிப்படைகள் தேவையாக உள்ளன. சங்க இலக்கியம் முழுவதுமே சிறந்த ஒழுக்க, உளவியல் அடிப்படைகளில் அமைந்தது என்பதைக் கற்றோர் அறிவர். உள்ளுறை உவமை போன்றவை தொடர் உருவகம் என்பதைச் சேர்ந்தவை. இவற்றை நன்கறியாமல் அகப் பாக்களைக் கற்க முடியாது. மேலும், இறைச்சி போன்ற குறிப்புப் பொருள்களை அறிய மறைஉட்பொருள் காணுதல் என்ற அடிப்படை உதவுகிறது.

பொருள்கோளுக்கு அடிப்படையான உரைவிளக்கம் பற்றி அண்மையில் சிந்தித்த தமிழ் ஆய்வாளர்கள் சில கருத்துகளைக் கூறியுள்ளனர். வேலைக்காக, இன்பத்திற்காக, அரசியல் செயல் பாட்டிற்காக என மூன்று விதமாகப் பொருள்கொள்வதில் ஈடுபடலாம். பொருள்மாறுபடுவது அல்லது அர்த்த மயக்கம்தான் பொருள்கோள் துறையின் முக்கியமான விஷயம். பொருள் மாறுபடுவதற்கு,

1. பாடவேறுபாடு
2. சொற்பிரிப்பு
3. கொண்டுகூட்டு
4. கலைமரபு
5. இலக்கண வேறுபாடு

6. தொகைப்பெயர் விளக்கம்

7. ஒரு சொல்லுக்குப் பலபொருள்

8. நயம் கூறுதல்

9. விளங்கக் கூறுதல்

10. பிற இலக்கியச் செய்திகளைப் புகுத்தல்

11. கதைகளைப் பொருத்துதல்

12. கொள்கை முனைப்பு

ஆகியவை காரணங்களாக அமைகின்றன என்கிறார் பேராசிரியர் இரா. சாரங்கபாணி. தமிழில் இருண்மை, பொருள்மயக்கம் குறித்த ஆய்வுகள் இதுவரை சிறப்பாக நடைபெறவில்லை. இவற்றைச் சிறப்பாகச் செய்தால் பொருள்கோள்முறை ஒன்றை உருவாக்கும் வாய்ப்பிருக்கிறது.

மேற்கில் பொருள்கோள் துறையின் அடுத்த நிலை

அகுஸ்தீனின் டி டாக்ட்ரினா கிறிஸ்தினா (கி.பி. ஐந்தாம் நூற்றாண்டு), மெலாங்டனின் ரிடாரிக்ஸ் (பதினாறாம் நூற்றாண்டு) போன்றவை இந்தத் துறையில் புகழ்பெற்றவை. இடையிலும் எத்தனை எத்தனையோ நூல்கள் விவிலியத்தை விளக்க எழுந்தன. பொருள்மயக்கம் என்பது மொழி சார்ந்ததாக இருப்பதால், அந்தக் காலத்தில் புகழ்பெற்று விளங்கிய இலக்கண அணியியல் (ரிடாரிக்ஸ்) துறையிலிருந்து கருத்துகள் ஏற்கப்பட்டன.

அறிவொளிக் காலத்தில் பொருள்கோள் துறை பிறவற்றைக் கட்டுப்படுத்தும் தன்மைவாய்ந்த துறையாக வளர்ந்தது. புனித நூல்களின் பொருள்கோளியல் (ஹெர்மனூடிகா சேக்ரா), சட்டப் பொருள்கோளியல் (ஹெர்மனூடிகா ஜூரிஸ்), செவ்வியல் நூல்களின் பொருள்கோளியல் (ஹெர்மனூடிகா புரோஃபேனா) என்பது போன்ற தனித்துறைகள் வளரத் தொடங்கின. இது போன்ற பலவகைப் பொருள்கோளியல்கள் இருப்பதைப் பற்றி ஷ்லியர்மேக்கர் என்பார் கவலைப்பட்டார். பதினெட்டாம் நூற்றாண்டில் அவருக்கும் முன்னதாகப் பொருள்கோள் பற்றிச் சிந்தித்துக் கருத்துகளை முன்வைத்தவர் எர்னஸ்டி என்பவர்.

வேறெந்த ஒரு பனுவலையும் போலவே விவிலியத்தையும் பொருள் விளக்கம் செய்தல் வேண்டும் என்பது எர்னஸ்டியின் கருத்து. அதாவது எல்லாப் பனுவல்களும் சமமானவை. விவிலியத்துக்கென்று

தனி அந்தஸ்தினைத் தரத் தேவையில்லை என்கிறார். ஆனால் இந்திய மரபை ஒட்டிய தமிழ் மரபு, 'வினையின் நீங்கி விளங்கிய அறிவின் முனைவன் செய்ததே முதல் நூல்' என்று அதைத் தனிமைப் படுத்திவிடுகிறது. சாதாரண மக்களுக்கு அது புரியாது, ஆகவே அதற்கு உரை செய்யவேண்டும் என்றாகிறது. எல்லா நூல்களையும் போலவே புனித நூல்களையும் கருதி உரை காணவேண்டும் என்று மேற்கத்திய மரபு சொல்கிறது என்றால், முதல் நூல்கள் புனிதத் தன்மையும் தனித் தன்மையும் உடையவை, அதனால் அவற்றை விளக்குவது அவசியம் என்று இந்திய மரபு மாறுபட்டு நோக்குகிறது.

நச்சினார்க்கினியரின் பொருள்கோள்

பொருள்காண்பதென்பது, சொல்லின் மொழிப் பயன்பாட்டைக் கண்டறிவது ஆகும் என்று ரிடாரிக்ஸ் (Rhetorics) துறை உரைக்கிறது. இதற்கு நச்சினார்க்கினியர் உரை நல்லதோர் சான்றினைத் தருகிறது.

> கொக்கினுக்கு ஒழிந்த தீம்பழம் கொக்கின்
> கூம்பு நிலையன்ன முகைய ஆம்பல்
> தூங்குநீர்க் குட்டத்துத் துடுமென வீழும்   (நற். 280)

என்ற இலக்கியப் பகுதியில், கொக்கினுக்கு ஒழிந்த தீம்பழம் என்பதற்குப் பழைய உரை, 'கொக்கு வந்து அமர்ந்ததால் விழுந்த பழம்' என்று பொருள் கொள்கிறது.

ஆனால் இதற்கு நச்சினார்க்கினியர், 'யாதன் உருபிற் கூறிற்று ஆயினும் பொருள்செல் மருங்கின் வேற்றுமை சாரும்' என்ற தொல்காப்பிய நூற்பாவை மேற்கோள் காட்டி, 'கொக்கினுக்கு' என்பது 'கொக்கினின்று'ம் எனப் பொருள்படுகிறது என்று எடுத்துக் காட்டுகிறார்.

கொக்கு என்பதற்கு பறவை என்ற அர்த்தமும், மாமரம் என்ற அர்த்தமும் உண்டு. பறவை என்ற பழைய உரை தவறு, மாமரம் என்று கொள்ளவேண்டும் என்பது நச்சினார்க்கினியர் கருத்து. ஆகவே கொக்கு என்ற பறவையால் (அது வந்து அமர்ந்ததால்) விழுந்த பழம் என்பதற்கு மாறாக, மாமரத்திலிருந்து விழுந்த பழம் என்று பொருள் கொள்ள வேண்டும் என்பார்.

இங்கு எப்படிப் பொருள்கொள்ள வேண்டும் என்பதை நச்சினார்க்கினியர் மறைமுகமாக விளக்குகிறார் எனலாம். நச்சினார்க்கினியரின் மாட்டெறிதல் தனித்தவகையான உரைகோள் முறையாக உள்ளது.

சங்க நூல்கள், சிலப்பதிகாரம் போன்ற பழங்காப்பியங்கள், இலக்கண நூல்கள் ஆகியவற்றிற்கு உரைஎழுதும் மரபு இருந்தது என்றால், பக்தி இலக்கியங்களுக்கு உரை எழுதக்கூடாது என்ற மரபும் தமிழில் இருந்துள்ளது. இதை உரையாசிரியர்கள் பற்றி நூலெழுதிய மு. வை. அரவிந்தன் எடுத்துக்காட்டியுள்ளார்.

பக்தி நூல்களுக்கு உரை எழுதுதல் கூடாது என்ற கொள்கை தமிழகத்தில் பல ஆண்டுகளாக இருந்துவந்தது. ஆழ்வார்கள் அருளிய பக்திப்பாடல்களுக்கு உரை எழுதும் முயற்சி தோன்றிய போது அக்காலத்தில் இருந்த வைணவப் பெரியார்கள் அந்த முயற்சியைக் கண்டித்தனர், தடுத்தனர். இருப்பினும்... வைணவ நூல்களுக்கு உரையும் விளக்கமும் வாய்த்துவிட்டன. சைவ சமய நூல்களுக்கு இத்தகைய முயற்சி பழங்காலத்தில் மேற்கொள்ளப் படவில்லை. கற்றறிந்த சைவப் பெரியோர்களும் 'அருட்பாடல் களுக்கு நாமா உரை எழுதுவது?' என்று தயங்கி ஒதுங்கிவிட்டனர் (அரவிந்தன், ப. 75).

மௌனவாசிப்பும் புரிந்துகொள்ளலை உட்கொண்டதுதான். வாய்மொழி உரையின் மறைந்தவடிவம் அது என்று கொள்ளத்தகும். எவ்விதமாயினும், ஒரு பனுவலின் வார்த்தைகளிலும், அவற்றின் சேர்க்கை வரிசைகளிலும், அவற்றின் நோக்கங்களிலும், ஒரு குறித்த துறை பற்றிய சிந்தனை என்ற முறையிலும் அதற்கெனச் சொந்த இருப்பு உள்ளது. அந்தப் பனுவலைப் பேசவைப்பதற்கான முயற்சியில் பொருள்கோள் ஈடுபடுகிறது.

2

மேற்கத்தியப் பொருள்கோள் வரலாறு -1

முதன்முதலில் மெசபொடேமியக் கலாச்சாரத்தில்தான் (கி.மு. 700-100) பல்வேறு விதமான உரைகள் தோன்றியதாகச் சொல்லப் படுகிறது (ஏறத்தாழ 860 கையெழுத்துப் பிரதிகள்). தமிழில் இறையனார் களவியல் உரைதான் (கிடைப்பனவற்றில்) முதன்முதல் தோன்றிய உரையாகக் கொள்ளப்படுகிறது. அதற்குப் பிறகுதான் மேற்கு உலகில் உரைகள் தோன்றலாயின. முந்திய இயலில் சுட்டிக் காட்டியவாறு டி டாக்ட்ரினா கிறிஸ்தினா, ரிடாரிக்ஸ் போன்ற நூல்கள் தோன்றின. இவை விவிலியத்தைப் பற்றியவை. இவற்றிற்கான அடிப்படைகள் அணியியல் (ரிடாரிக்ஸ்) துறையிலிருந்து பெறப் பட்டன என்பதும் சொல்லப்பட்டது. தொல்காப்பியத்தின் முதல் உரை (இளம்பூரணர்) தொல்காப்பியம் தோன்றி ஏறத்தாழ ஆயிரம் ஆண்டுகளுக்குப் பிறகே தோன்றியது என்பது சுவையானதொரு செய்தி. ஏன் நூல் தோன்றிய உடனே தோன்றாமல், இவ்வளவு காலம் கழித்துத் தோன்றின என்பது அடிப்படையாகக் கேட்கப்பட வேண்டியதொரு கேள்வி. முதலில், இங்கு கி.பி. ஐந்தாம் நூற்றாண்டளவிலே தோன்றிய மேற்கத்திய உரைவரலாற்றைக் காணலாம்.

பொருள்கோளும் பிரக்ஞையும்

சிந்தித்தல், புரிந்துகொள்ளல், விளங்கிக்கொள்ளுதல் ஆகியவை மனிதன் பெற்றிருக்கும் மிக அரிய இயற்கைக் கொடைகள். நம் தினசரி வாழ்க்கையில் இவை மூன்றும் இணையாகவே செயல்படுகின்றன. உறக்கத்திலிருந்து எழுந்ததிலிருந்து, மீண்டும் தூங்கச் செல்வதுவரை இவற்றில் இயல்பாகவே நாம் ஈடுபட்டுக்கொண்டே இருக்கிறோம். தூங்கிஎழுந்தவுடன் நாம் நாட்காட்டியையும் காலம்காட்டியையும் பார்க்கிறோம். அவற்றின் அர்த்தங்களைப் புரிந்துகொள்கிறோம். அன்று என்ன நாள், என்ன நேரம் அது, நாம் உலகில் எவ்விதச்

செயல்களில் அன்றைய பொழுதில் ஈடுபடவேண்டும், அடுத்து என்ன திட்டங்களை இடவேண்டும் என்பன நம் மனத்திற்குள் ஓடுகின்றன. காலத்தையும் இடத்தையும் புரிந்துகொள்வதன் வாயிலாக நமக்குள் நாம் விளங்கிக்கொள்ளும் விஷயங்கள் இவை. மனித சிந்தனையின் மிக முக்கியமான செயலே விளக்குதல் என்பதாகிறது.

மூன்று துறைகளில் மானிடப் புரிந்துகொள்ளலைப் பற்றிக் குறிப்பாக அக்கறை செலுத்துபவர்களை நாம் பொருள்கோள் பற்றிய சிந்தனையாளர்கள் எனலாம். அவை பிரக்ஞையின் இயல்பு, உண்மையின் இயல்பு, மொழியின் முக்கியத்துவம் என்பன ஆகும். பொதுவாக, பிரக்ஞை (அல்லது தன்னுணர்வு) என்பது தனித்தனி மனிதர்களுக்கே உரியது, அதற்கும் பிறருக்கும் அல்லது சமூகத்திற்கும் தொடர்பில்லை என்று யாவரும் கருதுகிறார்கள். ஆனால் பிரக்ஞை என்பது மற்ற மனிதர்களுடனும் உலகத்துடனும் ஈடுபட்ட, அவற்றைச் சார்ந்த ஒன்று என்பதைப் பொருள்கோளியலார் வலியுறுத்துகிறார்கள். நாம் உலகத்தில் வந்து பொருந்தும் விதத்தால்தான் பிரக்ஞை என்பது கட்டமைக்கப்படுகிறது. பிறப்பு, இறப்பு, பசி, உடையணிதல், உறைவிடம் போன்ற விஷயங்கள் ஏற்கெனவே நாம் எவ்விதம் உலகைப் பார்க்கிறோம் என்பதையும் நமது கலாச்சாரத்தின் அடிப்படைகளையும் தீர்மானிக்கின்றன. நாம் பிரக்ஞைபூர்வமான முடிவுகளை எடுப்பதற்கு முன்னதாகவே கலாச்சாரம், மொழி, வளர்ப்பு முதலியவை நமது மனப்பாங்குகளை வடிவமைத்து விடுகின்றன. நாமிருக்கும் சமுதாயம் அல்லது மரபு நாம் உலகத்தைப் பார்க்கக்கூடிய கண்ணாடியை அளித்துவிடுகிறது.

பிரக்ஞை பற்றிய நமது பார்வை, உண்மையை எவ்விதம் புரிந்துகொள்வது, அதை எப்படிப் பெறுவது என்ற புரிந்து கோடலையும் அளிக்கிறது. உண்மையை நாம் தனித்த அனுபவங்கள் வாயிலாகவோ, அறிவியல்முறை வாயிலாகவோ அறியலாம் எனக் கருதுகிறோம். ஆனால் இவற்றை உலகளாவிய அறிவின் அடிப்படையாக ஆக்குவது தவறென்று பொருள்கோளியலாளர்கள் கருதுகின்றனர். புறவய நோக்கின் மூலமாக அறிவை அடையலாம் என்று கருத இயலாது என்று அவர்கள் தெரிவிக்கிறார்கள். உதாரணமாக, ஒரு தத்துவ வல்லுநர், 'நாம் பருகுவது வாயிலாகவும் சமைப்பதற்குப் பயன்படுத்துவதன் வாயிலாகவும் நீர் என்பது என்ன என்பதை அறியாதிருந்தால், அது H_2O என்னும் அறிவியல் கூற்றுக்கு அர்த்தமற்று, அது ஒரு வெற்று ஒலியாகவே இருக்கும்' என்று கூறுகிறார்.

ஆகவே அறிவு என்பது பொருள்களுக்குப் பெயரிடுவது, அவற்றை வருணிப்பது மட்டுமல்ல, நாம் ஏற்கெனவே பங்குகொள்ளும் அர்த்த அடிப்படையிலான கட்டமைப்புகளைப் புரிந்துகொள்வதே ஆகும். இது எல்லா அறிவியல்களுக்கும் கலைகளுக்கும் பொருந்தும். உதாரணமாக, வரலாற்றை நோக்குவோம். பிரக்ஞை தனித்தனி மனிதர்களுக்குரியது என்று நினைப்பவர்கள், புறவயமாக நிகழ்வுகளை நாம் நோக்கி, அதை உண்மையாக வருணிப்பதுதான் வரலாறு என்று கருதுகிறார்கள். இதில் நமது தனிப்பட்ட நம்பிக்கைகளுக்கோ, முற்சாய்வுகளுக்கோ இடமில்லை என்று நினைக்கிறார்கள். ஆனால் பொருள்கோளியலார்கள், பழைய பனுவல்களோ நிகழ்ச்சிகளோ நாம் ஒரு மரபிற்குள் நின்று அகவயமாக நோக்குவதன் தன்மையினால்தான் நமக்கு அர்த்தமளிக்கின்றன என்கிறார்கள். நாம் உண்மையைக் கண்டறிவதில்லை, உண்மை என்பது நமக்கு வாய்க்கின்ற ஓர் நிகழ்வு எனலாம். அதனால்தான் அந்தந்த ஆட்சிக்கேற்ப, சமயத்திற்கேற்ப உண்மைகள் திரிக்கப்பட்டு வரலாறு என எழுதப்படுகின்றன.

மேலும் பிரக்ஞை என்பது தனிமனித நிகழ்வு என்று கருதுகின்ற நோக்கு, மொழியை ஒரு கருவி என்பதாகப் பார்க்கிறது. உண்மையில் நாம் மொழியை உருவாக்குவதோ, வளர்ப்பதோ, கருவியாகப் பயன்படுத்துவதோ இல்லை. நாம்தான் மொழி என்னும் ஓட்டத்திற்குள் அடித்துச் செல்லப்படுகிறோம். நிகழ்வுகளைப் பற்றி நாம் என்ன கருதுகிறோம் அல்லது உணர்கிறோம் என்பதில் மொழி முக்கியப் பங்குவகிக்கிறது. அன்பு செலுத்துதல், சமூக நடத்தைகள் போன்ற சமூகச் செயல்களில் தொடங்கி வழிபாடு போன்ற உள்ளுணர்வு சார்ந்தவற்றிற்கும் மொழியே பயனாகிறது. மனிதனின் உணர்ச்சிகள் யாவுமே மொழியின் வாயிலாக உருக்கொள்கின்றன. மொழிதான் நமது நடப்புகளை நாம் எவ்விதம் புரிந்துகொள்கிறோம், விளக்குகிறோம் என்பதைத் தீர்மானிக்கிறது. உலகமே நமக்கு ஏற்கெனவே நமது மொழியின் வாயிலாக விளக்கப்பட்டுத்தான் கிடைக்கிறது. ஹைடெக்கர் கூறியதுபோல, மொழி என்பது 'இருப்பின் இல்லம்.'

பொருள்கோளின் வரலாறு என்பது அறிவைப் பற்றிய ஓர் உரையாடல் என்று கூறலாம். 'இதன் பொருளை விளக்குகிறேன்' (அல்லது 'புரிந்துகொள்கிறேன்') என்று நாம் கூறும்போது, நாம் சரியான, மெய்யான அறிவு எது என்பது பற்றிய நீண்டகால உரையாடலில் ஈடுபடுகிறோம். பொருள்கோள் என்றால் என்ன என்று

கேட்கும்போதே, நாம் மனித அறிவின் இயற்கை பற்றிய விவாதத்தில்— அறிவின் பழங்கால, நவீன அறிவு பற்றிய கருத்தாக்கங்களை இணைக்கும் உரையாடலில் ஈடுபடுகிறோம்.

இன்று நூல்களைப் பற்றிய விளக்கத்தில் ஈடுபடும் எந்த உரையாசிரியனும் தனது சிந்தனைக்கும் ஆசிரியனது சிந்தனைக்கும் இடையிலுள்ள பிளவில் சிக்கிக்கொள்ள நேர்கிறது. அவர்கள் இருவிதக் கவலைகளில் சிக்கிக்கொள்கிறார்கள். ஒன்று, உலகத்தைப் பற்றிய எனது உணர்வினை (நோக்கினை) எப்படி நான் சரியென்று நியாயப்படுத்த முடியும் என்பது. இரண்டாவது, மற்றொருவர் கூறியதன் மீது எனது நோக்கினை எப்படிச் சரியானது என்று நியாயப்படுத்துவது என்பது. இந்த இடைவெளியை—பிளவை எப்படிக் கடப்பது? நவீன பொருள்கோள் என்பது இந்தக் கேள்விக்கான விடைதேடலில் தொடர் முயற்சியாகவே உள்ளது.

பதினெட்டாம் நூற்றாண்டில், ஷ்லியர்மேக்கருக்கும் முன்னதாகப் பொருள்கோள் பற்றிச் சிந்தித்துக் கருத்துகளை முன்வைத்தவர் எர்னஸ்டி.

எர்னஸ்டி (1707-81)

எர்னஸ்டி என்பார், *1761*இல் 'புதிய ஏற்பாட்டின் விளக்கவுரையாளருக்கு அறிவுறுத்தல்' என்ற நூலை வெளியிட்டார். முழுவதுமாக விவிலியத்தின் மீது கவனத்தைக் குவிப்பதைவிட, எல்லாத்துறைகளுக்குமான ஒரு பொதுவான பொருள்கோளியல் வேண்டும் என்று அதில் வாதிடுகிறார். இந்த நூல் (பின்னர்) ஹெர்டர், ஷ்லியர்மேக்கர் போன்ற பலரின் கவனத்தை ஈர்த்தது. எர்னஸ்டி, முக்கியமாக ஐந்து கருத்துகளை முன்வைக்கிறார்.

1. வேறெந்த ஒரு பனுவலையும் போலவே விவிலியத்தையும் கருதிப் பொருள் விளக்கம் செய்தல் வேண்டும்.
2. பொருள் விளக்கத்துக்கு இரண்டு தடைகள் இருக்கின்றன. ஒன்று, வெவ்வேறு மொழிகளின் தகவல் மூலங்கள் வெவ்வேறாக உள்ளன; இரண்டு, ஓர் ஆசிரியரின் கருத்துகள், அவரது மொழிப் பின்னணியிலிருந்து வேறுபடுகின்றன.
3. சொற்களின் அர்த்தம், அதன் மொழிப் பயன்பாட்டைப் பொறுத்திருக்கிறது. ஆகவே பொருள்காண்பதென்பது, சொல்லின் மொழிப் பயன்பாட்டைக் கண்டறிவது ஆகும்.
4. பொருள் விளக்கம் என்பது பனுவலைச் சார்ந்தது மட்டுமல்ல,

அதாவது அதை ஆழ்ந்து வாசிப்பது மட்டுமல்ல. பனுவலின் வரலாற்று, நிலவியல் போன்ற மொத்தச் சூழலையும் அது கணக்கில் கொள்ளவேண்டும்.

5. பொருள்கொள்வதில் முழுமைநோக்கு வேண்டும். அதாவது பனுவலின் முழுமையை மனத்திற் கொண்டுதான் பகுதிகளுக்கு உரைகாண வேண்டும். பகுதிகள், முழுமை ஆகியவற்றின் பொருள், ஆசிரியரின் பிற படைப்புகள், அதனோடு தொடர்புபட்ட பிற நூல்கள் எல்லாவற்றயும் கருத்தில் வைத்து ஆராயப்படவேண்டும்.

எர்னஸ்டி கூறிய முழுமை நோக்கு (ஹோலிஸ்டிக் அப்ரோச்) என்ற கருத்து பின்னர் பொருள்கோள் வட்டம் (ஹெர்மனூடிக் சர்க்கில்) என்பது உருவாகக் காரணமானது. அதாவது முழுமையை மனத்தில் வைத்துப் பகுதிகளுக்கு உரைகூற வேண்டும் என்றால், பகுதிகளின் வாயிலாக முழுமையின் தன்மையை அறிந்திருக்க வேண்டும், அதனால் பகுதிகளை வைத்துத்தான் முழுமைக்குப் பொருள் காணவேண்டும் என்பதும் பெறப்படுகிறது. அவ்வாறாயின் பொருளை அடைவது எப்படி?

பின்னர் இதற்கு ஹெர்டரும் அவருக்குப் பிறகு ஷ்லியர்மேக்கரும் சமாதானம் கூறியிருக்கிறார்கள். பொருள்கோள் என்பது 'எல்லாம்' அல்லது 'ஒன்றுமில்லை' என்ற நோக்கு அல்ல. கருத்துகள் படிப் படியாக வளர்கின்றன. எனவே சில பகுதிகளை முழுமையை அடிப்படையாகக் கொண்ட நோக்கில் நாம் உரை கண்டு, பிறகு, அவற்றில் அடைந்த கருத்துகளையும் அனுபவங்களையும் வைத்து முழுமையை மேலும் செம்மைப்படுத்திக் கொள்ளலாம். பிறகு அதை வைத்துப் பகுதிகளுக்கு மேலும் நன்றாக உரை செய்யலாம். இவ்வாறே படிப்படியாகச் செல்ல வேண்டும்.

அடுத்து நாம் முக்கியமாகக் காணவேண்டியது ஹெர்டர். எர்னஸ்டியின் கருத்துகளுக்கு மேலாக இவர் மேலும் சில நகர்வுகளைச் செய்தார். குறிப்பாகப் பொருள்கோளில் மொழியின் முக்கியத்துவத்தை இவர் வலியுறுத்திய விதம் சிறப்பானது.

ஹெர்டர் *(1744-1803)*

பொருள்கோளை மூன்று விதிகள் அடிப்படையில் இவர் பொருத்தி நோக்கினார்.

1. அர்த்தங்கள் என்பன பொருள் சார்புகளோ, பிளேட்டோனிய வடிவங்களோ, அனுபவக் கருத்துகளோ அல்ல, மாறாகச் சொற் பயன்பாடுகள்.
2. எனவே சிந்தனை யாவுமே சிந்திப்பவனின் மொழி வெளிப்பாட்டுக்கான திறனைப் பொறுத்திருக்கிறது. அதாவது ஒருவனுக்கு ஒரு மொழியும் மொழிரீதியான வெளிப்பாடும் இருந்தால்தான் அவனால் சிந்திக்க முடியும்.
3. அர்த்தங்கள் யாவும் நேரடியான புலன்சார் உணர்வுகளிலோ, அவற்றின் உருவக நீட்சிகளிலோ புதைந்திருக்கின்றன.

முதல் இரண்டு கருத்துகளும் இன்றைய மொழித் தத்துவத்தின் அடிப்படைகளை நிறுவியவை. மூன்றாவதைப் பொறுத்தவரை அதன் மறுதலையும் உண்மை என ஹெர்டர் நம்பினார். அதாவது, ஒருவனின் உணர்வுகளும் அர்த்தங்களில் புதையுண்டிருக்கின்றன, அதாவது மொழியைச் சார்ந்துள்ளன.

பொருள் காணலுக்கு ஒரு பனுவலின் வகை (genre) என்னவென்று தெரிந்திருக்க வேண்டும் என்பதும் ஹெர்டரின் கொள்கை. ஏனெனில் நூலில் வெளிப்படையாகச் சொல்லப்படாத கருத்துகளை நூல்வகை கொண்டுள்ளது. வெளிப்படையாகச் சொல்லப்பட்ட கருத்துகளைச் சரிவர விளக்கவும் நூலின்வகை அவசியம். மொழிசார்ந்த நூல்களுக்கு மட்டுமல்ல, மொழிசாராத கலைகளுக்கும் அதனதன் வகையைக் காண்பது பொருள் விளக்கத்திற்கு அவசியமானது. சிந்தனையே மொழிசார்ந்தது என்பதால் மொழிசாராத கலைகளுக்கும் மொழிசார்ந்த விளக்கம் அவசியமாக உள்ளது என்பதோடு, அது கலைஞனின் மொழித்திறனைச் சார்ந்தும் உள்ளது என்றார் ஹெர்டர்.

தொல்காப்பியம் செய்யுளியலிலும் மரபியலிலும் பலவகையான நூல்வகைகளைக் குறிக்கிறது. யாப்பு அடிப்படையிலும், வேறு சில அடிப்படைகளிலும் அந்த வகைகள் அமைந்துள்ளன. பாட்டு, உரை, நூல், வாய்மொழி, பிசி, அங்கதம், முதுசொல் ஆகிய ஏழையும் யாப்பின் வழியது என்று தொல்காப்பியர் கூறுகின்றார். மேலும் வெண்பா, கலிப்பா, ஆசிரியப்பா, வஞ்சிப்பா அடிப்படையிலான இனங்கள் சிலவற்றையும் (*சான்றாக வாயுறை வாழ்த்து, அவையடக்கியல், செவியறிவுறூஉ*) குறிப்பிடுகிறார். மரபியலில் முதல்நூல்-வழிநூல், வழிநூல் வகைகள், உரைவகைகள் போன்ற வற்றைக் கூறியிருக்கிறார்.

புலனுணர்வுகளை மொழி சார்ந்துள்ளது என்பதால், ஒரு நூலின் விளக்கத்திற்கு அந்த நூலாசிரியரின் உணர்வுகளை அறிவது தேவையாகிறது என்பது ஹெர்டரின் கருத்து.

கண்ணினும் செவியினும் திண்ணிதின் உணரும்
உணர்வுடை மாந்தர்க்கு அல்லது தெரியின்
நன்னயப் பொருள்கோள் எண்ணருங்குரைத்தே

என்ற தொல்காப்பிய நூற்பா இங்குக் கருதத்தக்கது. உணர்வுடை மாந்தர்களால்தான் பொருளைச் சரிவரக் கொள்ள இயலும் என்பது இங்கு தொல்காப்பியர் கூறவரும் கருத்து.

வரலாற்றாசிரியர்களுக்குப் பொருள்கோள் மிகமுக்கியமாகத் தேவைப்படுகிறது. கிடைக்கும் சான்றுகளை அவர்கள் பொருள் விளக்கம் செய்துதான் வரலாறாக மாற்ற வேண்டியிருக்கிறது. இதனைப் பின்னர் டில்தே எல்லா மானிட அறிவியல்களுக்கும் பொதுவாக்கினார். வரலாற்றுக்கு மட்டுமல்ல, மானிடவியல், சமூகவியல், பொருளியல், பண்பாட்டியல், ஒழுக்கவியல் போன்ற எந்த மானிட அறிவியலாக இருப்பினும் அதில் பொருள்கோள் மிக முக்கியப் பங்கு வகிக்கிறது.

இவற்றிலிருந்து ஹெர்டர் மேலும் முக்கியமான ஒரு கருத்துக்குச் செல்கிறார். அதாவது, வரலாறோ, இலக்கியமோ, மத நூலோ எதுவாயினும் அதைப் பொருள் விளக்கம் செய்வதன் வாயிலாகத்தான் நாம் அதைப் புரிந்துகொள்வது மட்டுமல்ல, நம்மையும் அறிந்து கொள்கிறோம். பிறரது கருத்துகள், நம்பிக்கைகள் போன்றவற்றைப் பொருள் விளக்கத்தினூடே அறிந்துகொள்வதால், எது உலகளாவியது (பொதுவானது), எது நமக்கு மட்டுமே சொந்தமான கருத்து, நம்பிக்கை (தனிப்பட்டது) என்பதை அறிந்துகொள்ள முடிகிறது. இரண்டாவது, நமது முன்னோர்களின் பண்பாட்டு மரபுகளை அறிவதன் வாயிலாகத் தான் நமது கருத்துகள், நம்பிக்கைகள் முதலியன வரலாற்று ரீதியாக எவ்விதம் உருவாயின என்பதையும் புரிந்துகொள்ள முடிகிறது. இவ்வாறு பலவிதமான கொடைகளைப் பொருள்கோளியலுக்கு ஹெர்டர் அளித்திருக்கிறார்.

ஷ்லியர்மேக்கர் *(1768-1834)*

பொருள்கோளியலின் தந்தை எனப்படுபவர் ஷ்லியர்மேக்கர். எல்லாத் தனித் தனிப் பொருள்காணல்களுக்கும் அடிப்படையாக அமைந்து, அவற்றிற்குப் புரிந்துகொள்வதன் ஓர் ஒழுங்கமைப்பை அளிக்கக்கூடிய

ஒரு பொதுவான பொருள்கோளை ஷ்லியர்மேக்கர் முன்வைக்க முனைந்தார். ஆனால் இந்தத் திட்டம் இதுவரை ஒரு பெருநாட்டமாகத் தான் இருந்துவருகிறது. பால் ரிக்கோர் சுட்டிக்காட்டுவதுபோல, இது அறிவொளிக்கால, காண்ட்டிய விமரிசனத் தத்துவத்தை எதிரொலிக்கிறது, ஆனால் இதில் ஒரு கனவுத்தன்மை இருக்கிறது. ஷ்லியர்மேக்கரின் கருத்துப்படி,

1. பொருள்கோள் என்பது பொருள்காணல் கலை;

2. ஒரு பிரதியின் அர்த்தம் என்பது, எந்த வாசகர்களுக்காகப் பிரதி எழுந்ததோ அவர்கள் நோக்கில் காணப்படவேண்டியது.

3. அர்த்தவிளக்கம் என்பது ஒரு சுழற்சிச்செயல், காரணம், பிரதியின் பகுதிகள் முழுமையோடும் முழுமை பகுதி களோடும் இணைந்துள்ளன;

4. தவறான புரிந்துகொள்ளல் அல்லது விளக்கம் என்பது பிரதிச் செயல்பாட்டினுள் பொதிந்திருக்கின்ற ஒன்று.

ஷ்லியர்மேக்கர், இலக்கணம் சார்ந்த விளக்கத்திற்கும், தனிநுட்பம் சார்ந்த விளக்கத்திற்கும் வேறுபாட்டை வலியுறுத்தினார். முன்னது, ஒரு கலாச்சாரத்தின் பொதுச் சொல்லாடலில் அடங்கியுள்ளது. பின்னது, ஆசிரியனின் தனிமனிதத் தன்னிலை சார்ந்தது. அந்தத் தன்னிலையை மீளமைப்புச் செய்ய விளக்கவுரையாளன் முயற்சி செய்கிறான். ஆசிரியனைவிட ஒருவேளை அவனால் அதை நன்கு புரிந்துகொள்ள முடியலாம். இங்கே அவரது இலக்கண முறைக்கு அனுசரணையாக ஓர் உள்ளுணர்வு உளவியல் செயல்படுகிறது. இந்த உள்ளுணர்வியல், ஷ்லியர்மேக்கர் கைக்கொண்ட எர்னஸ்டியின் பொருள்கோள் வட்டம்/சுழல் என்பதிலும் அடங்கியிருக்கிறது. அதாவது பகுதிக்கும் முழுமைக்குமான இயக்கத்தைப் பொறுத்துள்ளது.

உதாரணமாக, ஒரு பனுவல் என்பது வாக்கியங்களால் ஆனது. அவ்வாக்கியங்கள் பனுவலை உருவாக்குகின்றன. முழுப் பனுவலும், தனது ஒவ்வொரு பகுதியின் அர்த்தத்தையும் வரையறுக்கிறது. (அதாவது அர்த்தம் காண்பதற்கான பின்னணியாகச் செயல்படுகிறது.) ஒரு சொல்லுக்கு, அதன் வாக்கியத்திற்குள்தான் பொருள் இருக்கிறது. அதேபோல வாக்கியத்திற்கு ஒரு பத்தி அல்லது பகுதிக்குள்தான் பொருள் உள்ளது. அந்தப் பகுதி அல்லது பத்திக்கு ஓர் இயலுக்குள் தான் பொருள் உள்ளது. அந்த இயலுக்கு ஒரு புத்தகத்திற்குள்தான் பொருள் கிடைக்கிறது. அந்தப் புத்தகத்திற்கும் ஆசிரியரின் மொத்தப்

படைப்புகளின் ஊடாகத்தான் பொருள் கொள்ள முடிகிறது. அந்த மொத்தப் படைப்புகளுக்கும் அர்த்தம் என்பது ஒரு வரலாற்றுப் பின்னணியில்தான் உருவாகிறது.

கவனமான வாசகர் ஒவ்வொருவருக்கும், ஒரு குறித்த கூற்றின் அர்த்தம் ஒரு பரந்த பின்னணியைச் சார்ந்துள்ளது என்பது தெரியும். உதாரணமாக, 'யாதும் ஊரே, யாவரும கேளிர்' என்ற பலருக்கும் தெரிந்த கூற்றை எடுத்துக் கொள்வோம். இந்த அடிகளை நீங்கள் பலமுறை கேள்விப்பட்டிருக்கிறீர்கள். கலந்துரையாடல்களிலும் பண்பாட்டுப் பெருமை பேசும் உரைகளிலும், ஏன் விளம்பரங் களிலும் கூட இது பயன்படுத்தப்படுகிறது. இந்த முற்செல்வாக்குகள் யாவும் நாம் இதற்கு அர்த்தம் கொள்வதை பாதிக்கின்றன. ஆனால் உண்மையில் இதன் அர்த்தம் என்ன என்பதைப் புரிந்துகொள்ள நாம் அதன் காலப் பின்னணிக்கும் செல்லவேண்டும். அதாவது, சிறுசிறு தனிக்குழுக்களாக (பாரி போன்ற) குறுநிலத் தலைவர்களால் ஆளப்பட்டு வந்த ஒரு சமூகம், ஒரு பெரிய அரசின் கட்டமைப்புக்குள் வரவேண்டிய நிலை (மூவேந்தர்களில் எவரேனும் ஒருவரின் அரசியல் அமைப்புக்குள் அடங்க வேண்டிய நிலை) ஏற்படும்போது அதை மக்களுக்கு நியாயப்படுத்த வேண்டியிருக்கிறது.

எனவே பொருள்கோள் வட்டம் என்பது எப்போதுமே பொருளைப் புரிந்துகொள்ள ஏதோ ஒரு பெரிய பின்னணி தேவைப் படுகிறது என்னும் கருத்தை முன்வைக்கிறது. அதாவது தனக்கான பொருளை வரலாற்றுப் பின்னணியிலிருந்துதான் 'யாதும் ஊரே யாவரும் கேளிர்' என்பது பெறுகிறது, அதே சமயம், அதன் அர்த்தமும் அந்த வரலாற்றுப் பின்னணியை, நமது மரபைக் கட்டமைக்கிறது. இதுதான் பொருள்கோள் வட்டம். இதேவித பொருள்கோள் சுழற்சிச் செயல்முறை, பரிச்சயமற்ற ஓர் ஆசிரியரை அணுகுவதிலும் செயல்படுகிறது. இங்கும் ஏதோ ஒருவித முன்னறிவு இருக்கத்தான் வேண்டும். பகுதிக்கும் முழுமைக்கும் இடையிலான இந்த வட்ட அமைப்புதான் வாழ்க்கையின் எந்தப் பகுதியாக இருப்பினும் செயல்படுகிறது என்று ஷ்லியர்மேக்கர் கூறியது, புரிந்துகொள்ளலின் மூலத்தோற்றத்தினை (ஆன்டாலஜி) நோக்கிய ஒரு முக்கியப் படிக்கல்லாக அமைகிறது.

பொருள்கோள் வட்டம்

வாழ்க்கை (முழுவதையும்) பற்றிய புரிந்துகொள்ளல் ஒரு

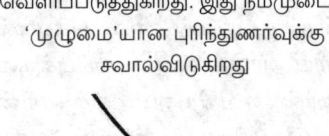

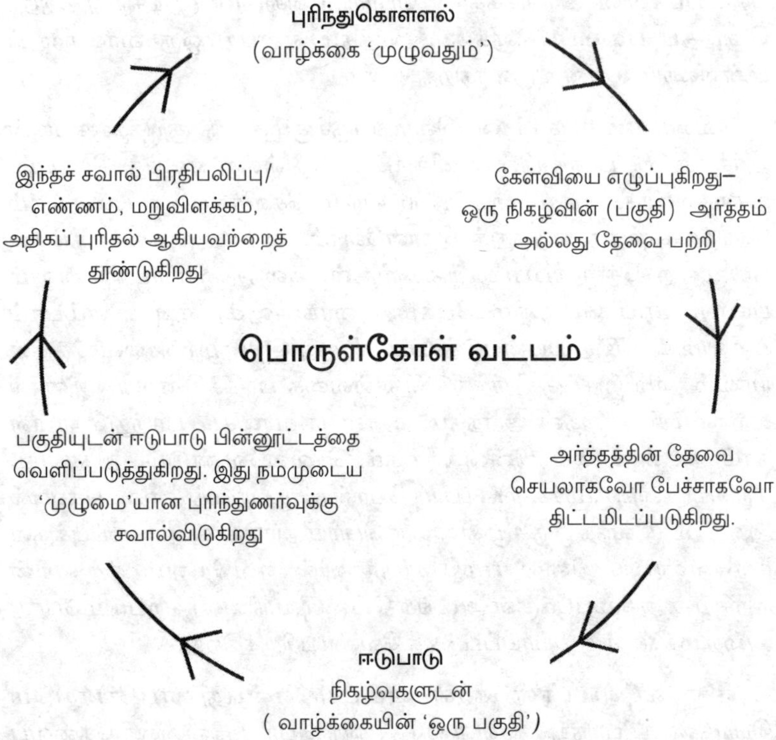

புரிந்துகொள்ளல்
(வாழ்க்கை 'முழுவதும்')
கேள்வியை எழுப்புகிறது–
ஒரு நிகழ்வின் (பகுதி) அர்த்தம்
அல்லது தேவை பற்றி
அர்த்தத்தின் தேவை
செயலாகவோ பேச்சாகவோ
திட்டமிடப்படுகிறது.
ஈடுபாடு
நிகழ்வுகளுடன்
(வாழ்க்கையின் 'ஒரு பகுதி')
பகுதியுடன் ஈடுபாடு பின்னூட்டத்தை
வெளிப்படுத்துகிறது. இது நம்முடைய
'முழுமை'யான புரிந்துணர்வுக்கு
சவால்விடுகிறது
இந்தச் சவால் பிரதிபலிப்பு/
எண்ணம், மறுவிளக்கம்,
அதிகப் புரிதல் ஆகியவற்றைத்
தூண்டுகிறது
பொருள்கோள் வட்டம்

நிகழ்வின் அர்த்தத்தைப் பற்றிய கேள்வியை அல்லது அதைப் புரிந்து கொள்வதற்கான தேவையை எழுப்புகிறது. இந்தத் தேவை செயல் அல்லது பேச்சின் வாயிலாக வெளிப்படுகிறது. பின்னர் அந்த நிகழ்வில் (வாழ்க்கையின் பகுதி) நாம் ஈடுபடுகிறோம். அந்தப் பகுதியளவிலான ஈடுபாடு, பின்னூட்டத்தை உருவாக்குகிறது. அது முழுமை பற்றிய நமது புரிதலைக் கேள்விக்குள்ளாக்குகிறது. இந்தச் சவால் சிந்தனையையும் மறுவிளக்கத்தையும் தூண்டி மேலும் கூடுதலான புரிந்துகொள்ளலுக்குக் கொண்டுசெல்கிறது. இது வாழ்க்கை (முழுவதையும்) பற்றிய புரிந்துகொள்ளலுக்கு மீண்டும் கொண்டு செல்கிறது. இதுதான் ஷ்லியர்மேக்கர் கூறிய பொருள்கோள் வட்டம்.

பின்வரும் கருத்துகளை வலியுறுத்தியதால் ஷ்லியர்மேக்கர் புகழ்பெற்றார் என்று சொல்லத் தோன்றுகிறது. பொருள்கோளியல், ஓர் உலகளாவிய, எல்லாவிதமான விஷயங்களுக்கும் விளக்கம்

அளிக்கக்கூடிய துறையாக இருக்கவேண்டும். புரிந்துகொள்ளல் தன்னிச்சையாக நிகழ்கிறது என்று பலரும் நினைக்கிறார்கள். ஆனால், உண்மையில் தவறான புரிந்துகொள்ளல்தான் தன்னிச்சையாக நிகழ்கிறது, சரியான புரிந்துகொள்ளலுக்கு நாம் ஒவ்வொரு கணமும் விருப்புறுதியோடு முயற்சி செய்ய வேண்டியிருக்கிறது. மொழிசார் குவியம், உளவியல் குவியம் ஆகியவற்றுடன் இணைந்து பொருள்கோள் செயல்பட வேண்டும். ஓரளவு இதனை எதிர்நோக்கியே தொல்காப்பியர்,

அறக்கழிவுடையன பொருட்பயம் படவரின்
வழக்கென வழங்கலும் பழித்தன்று என்ப

என்று கூறியிருக்கிறார் போலும். அறத்திற்கு மாறானதுபோலத் தோன்றினாலும், அது பொருட் பயன் தருவதாயின், அதை வழக்காறாகக் கொள்ள வேண்டும், சரியான முறையில் பொருள் கொள்ள வேண்டும், அதைப் பழிக்கமாட்டார்கள் என்பது கருத்து.

ஷ்லியர்மேக்கர் கூறியவற்றில் சரியானவை யாவும் புதியவை அல்ல, புதியவை யாவும் சரியானவை அல்ல என்பார்கள், அவரை இன்று மதிப்பிடுபவர்கள். சான்றாக, அவர் பொருள்கோள் முறைக்கு மொழித் தத்துவத்தை அடிப்படையாக்குகிறார். இது சரியானது, ஆனால் இதை ஏற்கெனவே இதே வடிவத்தில் ஹெர்டர் கூறிவிட்டார். ஆசிரிய உளவியலை உரைகாரர் புரிந்துகொள்ள வேண்டும் என்பதும் இப்படியே. பொருள்கோள்முறை முழுமையானதாக இருக்க வேண்டும் என்பதும் முன்பு பலரும் கூறியதே.

நூல்வகை குறித்து ஹெர்டர் வலியுறுத்தியது போன்ற கருத்துகளை ஷ்லியர்மேக்கர் விட்டுவிட்டார். பழையதோ, புதியதோ, நல்லதோ, இழிந்ததோ எவ்விதமான நூலுக்கும் ஒரேவிதப் பொருள்கோள் முறையைக் கையாளவேண்டும் என்று ஷ்லியர்மேக்கர் கூறியது புதியது, ஆனால் அது பொருத்தமாகப்படவில்லை என்பார்கள்.

மேலும், ஷ்லியர்மேக்கர் ஆசிரியரின் வரலாற்றுப் பின்னணியை வலியுறுத்தினார். ஆனால் வாசகராகிய நமது பின்னணியை அவர் நோக்கவில்லை. நமது வரலாற்றுப் பின்னணி இன்றி நாம் ஆசிரியர் மனத்திற்குள் சென்று நோக்கும் ஒருவித அனுபவத்தைப் பெற வேண்டும் என்றாகிறது.

வரலாற்றுப் பிரச்சினை இன்றி நாம் மனங்களுக்கிடையிலான தொடர்பை எப்படி உறுதிப்படுத்த முடியும்?

ஷ்லெகல் (1772-1829)

ஷ்லியர்மேக்கரின் நண்பர், ஷ்லெகல். சிலகாலம் இருவரும் ஒன்றாகவும் தங்கியிருந்தனர். ஒருவர் மற்றவரின் கருத்துகளை ஏற்றிருக்கவும் வாய்ப்புண்டு. ஷ்லெகல் வலியுறுத்திய சில முக்கியமான விஷயங்களை இங்கு நோக்கலாம்.

பனுவல்கள் தங்கள் தனித்தனிப் பகுதிகள் அல்லது இயல்கள் வாயிலாக மட்டும் கருத்துகளை முன்வைப்பதில்லை, மாறாக, பகுதிகளின் சேர்க்கை, முழுமையாக அவை ஆகும் விதம் ஆகியவற்றினாலும் கருத்துகள் வெளிப்படுகின்றன. குறிப்பாகப் பழைய பனுவல்களுக்கு இது மிகப் பொருந்தும் என்று ஷ்லெகல் நினைக்கிறார். இதைத்தான் பழங்காலத் தமிழ் நூலாசிரியர்கள் பாவிகம் என்றார்கள். ஒரு பெருங்காப்பியமே ஆயினும், அதன் எல்லாப் பகுதிகளையும் பொருத்திப் பார்த்து, அச்சேர்க்கையின் வாயிலாக எவ்விதக் கருத்து வெளிப்பாடு அமைகிறது என்பதே பாவிகம். தமிழில் முழுமைநோக்கு என்று இதனைக் கூறலாம்.

எர்னஸ்டி, இழிந்த நூல்களில் பொருந்தாமைகளும் குழப்பங்களும் இருக்கும் என்று முன்னரே எச்சரித்திருந்தார். இழிந்த அல்ல, உயர்ந்த வகை நூல்களிலும் குழப்பங்கள் காணப்படும் என்றார் ஷ்லெகல். அவ்வகைப் பொருந்தாமைகளையும் குழப்பங்களையும் உரையாளர் புரிந்துகொண்டு விளக்கவேண்டும். இந்தக் கருத்து சரியானது மட்டுமல்ல, முக்கியமானதும்கூட.

பனுவல்களில் பிரக்ஞைபூர்வமான கருத்துகள், அனுபவங்கள்தாம் வெளிப்பட வேண்டும் என்ற அவசியம் இல்லை, நனவிலிசார்ந்த, பிரக்ஞைசாராத கருத்துகளும் அனுபவங்களும் வெளிப்படும் என்பது ஷ்லெகலின் கருத்து. எனவே ஆசிரியனின் பிரக்ஞைபூர்வ எல்லையையும் பொருள்கோளியலாளன் தாண்டிச் செல்லவேண்டும். ஒவ்வொரு சிறந்த நூலும் தான் அறிந்ததைவிடக் கூடுதலான பொருளை இலக்காக வைக்கிறது என்பது அவர் கூற்று. அதாவது நூல் வெளிப்படையாகச் சொல்ல முனைவதைவிட அதிகமான அர்த்தத்தை ஒருவன் தன் வாசிப்பின் வாயிலாகப் பெறலாம் என்பது இங்கு கருத்து. தனது ஒரு பகுதியை மட்டுமே அறிந்தவனை நாம் புரிந்துகொள்ள வேண்டுமானால், அவனை முழுமையாகவும், அவன் அறிந்ததை மீறியும் நாம் புரிந்துகொள்ள வேண்டும் என்கிறார் ஷ்லெகல். உள்ளுறை பற்றி இங்கு அவர் பேசுகிறார் என்றும் கொள்ளமுடியும்.

ஹெகல் (1770-1831)

அடுத்து நாம் கவனிக்கவேண்டிய முக்கியமானவர் வில்லியம் ஃப்ரீட்ரிக் ஹெகல். ஹெர்டரின் முக்கியமான சில கொள்கைகளை இவர் விரிவுபடுத்தினார். மொழியற்ற கலைகளுக்கும் விளக்கம் தேவை; மனிதனின் மனவாழ்க்கை, மொழியின் வாயிலாகத்தான் வெளிப்படுகிறது; என்பவற்றை ஏற்றுக் கொண்டார். சமூக-அரசியல் நிறுவனங்களைப் 'புறவய ஆன்மா' என்ற அவர், அவைகளும் அர்த்தங்களையும் சிந்தனைகளையும் வெளிப்படுத்துகின்றன, அவற்றுக்கும் விளக்கம் அளிப்பது உரையாளர் கடமை என்றார். வரலாற்றின் மையப்பணி அர்த்த விளக்கம் என்பதையும், மேலும் சுயபுரிந்துகொள்ளலுக்குப் பிற பொருள்விளக்கம் உதவும் என்பதையும் ஏற்றார். பொருள் கொள்வதில் சில முக்கியமான புதிய கருத்துகளைத் தந்துள்ளார்.

ஹெகலுக்கு முன்பு, பொருள்கோளியலார், ஒரு பனுவலின் அர்த்தம் புறவயமானது என்ற கொள்கையையும், முன்னோர் வகுத்த பொருளை நாம் கொள்ள வேண்டிய அவசியமில்லை என்ற நிலைப்பாட்டையும் கொண்டிருந்தனர். ஆனால் ஹெகல் வேறுவிதமாக நினைக்கிறார். நமது அர்த்தத்தைவிட முன்னோரின் அர்த்தப்பாட்டைக் கொள்வது நல்லதெனக் கருதுகிறார். இதைத்தான் தொல்காப்பியர் வழக்கு (வழக்காறு) எனவும், மரபு எனவும் குறிக்கிறார்.

ஹெர்டர், 'மொழிசாராக் கலைகளின் ஆசிரியர்களும் மொழி சார்ந்தே இயங்க வேண்டியுள்ளது. ஆகவே மொழிசாராக் கலைகள் புல்லுருவித் தன்மையுடையவை' என்பதாகக் கூறியிருந்தார். ஹெகல் இந்தக் கூற்றை எகிப்திய, கிரேக்கக் கலைகளைச் சான்றுகாட்டி மறுக்கிறார். 'மொழிவாயிலாக வெளிப்படுத்தாத பல கருத்துகளையும் மொழிசாராக் கலைகள் தந்துள்ளன' என்கிறார்.

பிறர் நினைத்தது போலப் பொருள்கோள், தனித்த ஆசிரியரின் மனநிலை, மொழித்திறன் சார்ந்தது மட்டுமல்ல, அவர் சார்ந்திருக்கும் சமூகம், மரபு ஆகியவற்றைச் சார்ந்தது என்பதைச் சரியாகவே வலியுறுத்துகிறார். பனுவல்களுக்குக் குறித்த நிர்ணய அர்த்தம் உண்டு, ஆனால் அது சுயமுரண்பாடுள்ளது, ஒரு நிலையான மூல அர்த்தத்தைத் தேடுவது சாத்தியமல்ல என்றும் சொல்கிறார். மேலும் இந்த இயலில் கூறப்பட்ட கருத்துகளின் தொடர்ச்சியை அடுத்த இயலில் காண்போம்.

3
மேற்கத்தியப் பொருள்கோள் வரலாறு - 2

என்றைக்குமே இயற்கை அறிவியல்களுக்கும், சமூக அறிவியல்களுக்கும் ஒரு முரண்பாடு இருந்துவருகிறது. இயற்கை அறிவியல்களை ஆராயும்போது அவை அறுதியான, மாறாத உண்மைகளைத் தர இயலும். அவற்றை விதிகள் என்கிறோம். (சான்று, புவிஈர்ப்பு விதி). ஆனால் சமூக அறிவியல்கள் சமூகத்தின் மாறுகின்ற பல்வேறு விஷயங்களைப் பற்றியவை. ஆகவே அவை சில சமயங்களில் பொதுவிதிகளைத் தந்தாலும், பலசமயங்களில் காலத்தால் மாறிவரக்கூடிய உண்மைகளை அளிக்கின்றன. அவைதாம் பெரும்பாலும் வழக்காறுகளுக்கும் சட்டங்களுக்கும் அடிப்படையாகின்றன. பொருள்கோளாயினும், இலக்கணமாயினும் அவை சமூக அறிவியல்களே. மதம் பொருள்கோள் அடிப்படையில் அமைகிறது, இலக்கணம், இலக்கியம் போன்றவை மாறும் தன்மையுடைய மொழியின் அடிப்படையில் அமைகின்றன. எனவே இவை என்றைக்கும் இயற்கை அறிவியல்களோடு (வேதியியல், இயற்பியல், கணிதம், உயிரியல் போன்றவற்றோடு) முரண்படவேண்டியிருக்கிறது.

டில்தே (1833-1911)

மேற்கண்ட பின்னணியில், அடுத்து நாம் நோக்க வேண்டியவர் இலக்கிய வரலாற்றாசிரியரும் தத்துவவாதியுமான வில்லியம் டில்தே. பத்தொன்பதாம் நூற்றாண்டின் இறுதிவாக்கில், இயற்கை அறிவியல்கள், அவற்றின் நேர்க்காட்சி முறைகள் ஆகியவற்றின் பெருமதிப்புக்கு எதிராகப் பொருள்கோளுக்கும் (அதனால் பிற மானிட அறிவியல்களுக்கும்) கௌரவம் தேடவேண்டியிருந்தது. இயற்கை அறிவியல்கள் புறப்பொருள்களைப் பற்றிய விளக்கத்தை அளிக்கின்றன, பொருள்கோளியல் போன்ற மானிட அறிவியல்கள் மனித உள்ளியல்புகளைப் புரிந்துகொள்ள உதவுகின்றன என்ற ஒப்பீட்டை அவர் முன்வைக்க வேண்டிவந்தது.

இயற்கை அறிவியல்கள் இயற்கையை விளக்குகின்றன. ஆனால் மனித அறிவியல்கள்—கலைகள்தாம் கலாச்சாரத்தைப் புரிந்துகொள்ள உதவுகின்றன. கலாச்சார உலகின் மானிட உலகை நாம் எந்திரகதியில் உணர்வதில்லை. ஒப்பீட்டு நிலையில்தான் புரிந்துகொள்கிறோம். உதாரணமாக, ஒரு மாளிகையில் என்னென்ன பொருள்கள் உள்ளன, அவற்றின் இயற்கை என்ன என்பதை அறிவியல் விளக்க முடியும். ஆனால் மாளிகை என்ற ஒன்றின் அவசியம் என்ன, ஏன் சாதாரண வீடுகளுக்கு மாறாக மாளிகை கட்டப்படுகிறது என்பதை அறிவியல் விளக்க இயலாது. இதற்கு வாழ்க்கையின் வெளிப்பாடு என்பதை நாம் புரிந்துகொள்ள வேண்டும்.

மானிட அறிவியல்களும் புறவயமானவை. ஏனெனில் அங்கு, ஷ்லியர்மேக்கர் கூறியதுபோல, நாம் மற்றொருவரின் மனத்திற்குள் புக வேண்டிய அவசியமில்லை. வாழ்க்கை அனுபவத்தின் நிரூபிக்கக் கூடிய கலாச்சார வெளிப்பாடுகளில் கவனம் செலுத்தினால் போதும். உதாரணமாக நேருவைப் புரிந்துகொள்ள ஒரு வரலாற்றாசிரியர் நினைக்கிறார் என்றால், இந்தக் குறிப்பிடத்தக்க ஆளுமையை அருவமாக ஒரு மேதை என்று கட்டமைக்க முடியாது. மாறாக இந்தியச் சமூகத்தின் ஓர் உற்பத்தி என்று நோக்க வேண்டும். அவர் காலத்தின் அரசாங்க, சட்டமியற்றும், மதச்சார்பற்ற வெளிப்பாடுகளின் வாயிலாக வெளிப்படும் வெட்டிக் கொள்ளுதல் என்ற கருத்தின் வாயிலாக அவரை நோக்க வேண்டும். இவ்வாறாக நேருவின் காலத்துச் சமூகத்தின் புறவய ஆன்மாவை வாசகர் புரிந்துகொண்டு அதனால் எப்படி நேரு என்பவர் உருவாக்கப்பட்டார் என்பதையும், தான் அந்தச் சமூகத்தை எப்படி உருவாக்குவதில் பங்கு பெற்றார் என்பதையும் காணவேண்டும். ஆகவே ஷ்லியர்மேக்கர் போல ஒரு தனிப்பட்ட மனத்திற்குள் நுழைவது என்பதைவிட ஒரு வரலாற்றுக் காலத்தின் புறவயமான கலாச்சார ஆன்மாவுக்குள் நுழையவேண்டும் என்றார் டில்தே. கடந்தகாலச் சமூகங்களைப் புரிந்துகொள்வதால் நாம் மனித இயல்பைப் புரிந்து கொள்கிறோம். அதனால் மனிதப் பிறவிகளாக நாம் யார் என்ற சுய புரிந்துகொள்ளலை அடைகிறோம்.

ஷ்லியர்மேக்கரைப் போல இவ்வுலகத்திற்கு அப்பாற்பட்ட மெய்ம்மைகள்-ஓர் உலக ஆன்மா இருப்பதாக இவர் கொள்ளவில்லை. அறிவுக்கு உறுதியான அடிப்படை வாழ்க்கையின் அனுபவங்களே. பனுவலின் ஆசிரியரின் வாழ்ந்துபெற்ற அனுபவங்களை மீளாக்கம் செய்யவேண்டியது பொருள்கோளியலின் பணி என்றார் இவர்.

இவ்வாறு மீட்புச் செய்வது காலவயப்பட்டது என்பதால், பொருள் விளக்கம், காலத்தன்மை அல்லது வரலாற்றுத்தன்மை உடையதாக இருக்க வேண்டும். ஆகவே பொருள்கோளியலுக்கு வரலாறு முக்கியமானது. அகவாழ்க்கையையும் வரலாற்றையும் புரிந்து தொள்வதற்கு இலக்கியம் இன்றியமையாதது என்பதால் இலக்கியத்தை அளவற்ற முக்கியத்துவம் உடையதெனப் போற்றுகிறார். மொழியில் மட்டும்தான் மனிதனின் அகவாழ்க்கை தன் முழுமையான, விரிவான, புறவயமாக உணர்த்தக் கூடிய வெளியீட்டைப் பெறுகிறது. ஆகவே பொருள்கோள் சார்ந்த கல்விக்கு இலக்கியம் முன்னுரிமை பெற்றதாகிறது.

பொருள்கோளின் இயற்கையை இவரும் சரிவரப்புரிந்து வெளிப்படுத்தவில்லை என்று விமரிசனம் செய்திருக்கிறார்கள். அதன் எல்லை, முக்கியத்துவம் பற்றிச் சரியாகச் சொல்லியிருக்கிறார். ஆனால் பொருள்கோளின் தன்மை பற்றிய இவரது விளக்கம் திருப்திகரமாக இல்லை. வரலாற்றில் மட்டுமல்ல, எல்லா மானிட அறிவியல்களிலும் பொருள்கோளின் பங்கு மையமானது என்பதை வலியுறுத்துகிறார். மானிடவியல்களில் காரணங்களையும் காரணவிதிகளையும் கண்டுபிடிப்பது கடினம். வரலாற்றிற்கென முழுமையான அர்த்தமும் நோக்கமும் உண்டு என்று ஹெகல் கூறினார். ஆனால் அது இயலாதது என்பது டில்தேயின் கருத்து. விளக்கம் ஒன்று மட்டுமே சாத்தியம். மேலும், (இயற்கை அறிவியல்களின்) காரணகாரிய விவரிப்பைவிட, (மானிட அறிவியல்களின்) பொருள்விளக்கமே மனிதனின் அறிவுக்கு அடிப்படையானது. பனுவல்களின் பொருள் விளக்கம், நம் சாதாரண அனுபவங்களுக்கும் மேலாக வேறான சிறந்த அனுபவங்களை அளிப்பதன்மூலம் நம் அகவாழ்க்கையை மேம்படுத்துகிறது.

ஷ்லியர்மேக்கர், பொருள்கோள் ஓர் அறிவியல் அன்று எனக் கருதினார். டில்தே இதை மறுக்கிறார். அறிவியல் போலவே மானிட நூல்களுக்கும் பொதுக் கண்டுபிடிப்புகளும், பொதுமுறைகளும் உண்டு. மேலும் காலத்தன்மை, இடத்தன்மை காரணமாக மானிட நூல்களின் முறைமை அறிவியல் நூல்களின் முறைகளைவிட மிகக் கடுமையாகவும் கடினமாகவும் இருக்கிறது. விதிவருவிப்பு முறை, கருதுகோள் போன்ற வழிமுறைகள் இரண்டுக்கும் பொதுவானவை. ஆனால், புரிந்துகொள்ளலுக்கும் புறவய விளக்கத்திற்கும் வேறுபாடு உண்டு. புரிந்துகொள்ளல் மானிட அறிவியல்களின் அடிப்படை. இயற்கை அறிவியல்களுக்குப் புறவய விளக்கம் அடிப்படை.

எட்மண்ட் ஹுஸர்ல் (1859-1938)

பொருள்கள் மனித உணர்வுக்கு எப்போதுமே அர்த்தம் பொருந்தியவை யாகத்தாம் தோன்றுகின்றன என்ற ஆழ்நோக்கை அளித்தவராகக் கருதப்படுபவர் ஹுஸர்ல்.

உதாரணமாக, ஓர் ஆப்பிளை நோக்கி, அதை விவரிக்கும் போது நாம் அதனை ஒரு பிரித்தறிய இயலாத உணர்வு அனுபவமாகக் கொள்வதில்லை. நமக்குத் தோன்றும் உடனடி அனுபவம் ஆப்பிளேதான். ஒரு பொருளை அது இருப்பதுபோலவே காணும் இந்தக் கூர்நோக்கினை ஹுஸர்ல், நிகழ்வுவாதம் (ஃபினாமினாலஜி) என்று அழைத்தார். எப்படி நிகழ்வுகள் (மெய்யானவை ஆயினும் கற்பனை ஆயினும்) நமக்குத் தங்களை அவற்றின் அர்த்தத்தில் வெளிப்படுத்துகின்றன என்ற வருணனைதான் அது. 'பொருள்களை உள்ளவாறே காணுதல்' என்பதுதான் நிகழ்வுவாதத்தின் அல்லது நிகழ்வியலின் அடிப்படை. மனத்தில் பொருள்களின் சாராம்சம் அல்லது உண்மையான அர்த்தத்துடன் நாம் தொடர்பு கொள்கிறோம். ஏனெனில் யதார்த்தத்தின் பகுதியாக மனம் என்பது ஏதோ தனித்திருக்கும் விஷயம் அல்ல, உலகத்தின் பொருள்களோடு அடிப்படையில் தொடர்பு பெற்றுள்ளது. எனவே நோக்குபவனுக்குப் பொருள்கள் தமது உடனடித் தொடர்பினால் எவ்விதம் வெளிப் படுத்திக்கொள்கின்றன என்பதை ஆராய்வதுதான் ஒரு தத்துவ வாதியின் வேலை.

அடுத்து வருபவர்கள் மார்ட்டின் ஹைடெக்கரும், ஜியோர்ஜ் கடாமரும், மூாக் தெரிதாவும். இவர்கள் மூவருக்குள்ளும் பகிர்ந்து கொள்ளக்கூடிய சிந்தனைகளும், பரஸ்பரச் செல்வாக்கும் இருந்தன. எல்லா அர்த்தங்களும் சிந்தனைகளும் மொழியைச் சார்ந்திருப்பவை என்ற பொதுக்கருத்து இவர்களுக்குள் உண்டு.

மனிதப் பிரக்ஞையைத் தத்துவத்தின் தொடக்கப் புள்ளியாக்கினார் ஹுஸர்ல், இதற்குச் சவால்விட்டவர் இவரது மாணவராகிய ஹைடெக்கர்.

மார்ட்டின் ஹைடெக்கர் (1889-1976)

மார்ட்டின் ஹைடெக்கரின் கருத்துகள் இருபதாம் நூற்றாண்டின் பொருள்கோள் சிந்தனையில் பெரும் செல்வாக்குச் செலுத்தின. முன்பு கூறிய டில்தேயின் புரிந்துகொள்ளல் × விளக்கம் வேறுபாட்டையும்,

ஷ்லியர்மேக்கரின் ஆசிரிய உள்நோக்கம் என்ற கருத்தையும் ஹைடெக்கரும், கடாமரும் கேள்விக்குள்ளாக்கினர்.

ஹைடெக்கர், இருபதாம் நூற்றாண்டுப் பொருள்கோளியலை உளவியலியத்திலிருந்து இயல்திட்டவாதத்திற்கும் (ontology) இருத்தல் பற்றிய கேள்விக்கும் கொண்டுசெல்கிறார். ஹுஸர்ல், மனத்திற்கும் காணப்பட்ட காட்சிக்கும் இடையில் நெருக்கத்தைக் கொண்டு வந்தாலும், அது இன்னமும் தெகார்த்தெயின் மன-உள்ளுலகு சார்ந்த ஒன்றாகத்தான் இருந்தது. பொருள்கள் தங்கள் அர்த்தத்தை மனத்தின் கருத்தாக மட்டுமே பெறவில்லை, நமது அன்றாட வாழ்க்கையை ஒட்டிய நமது நடைமுறைத் தொடர்பைச் சார்ந்தவையாகவும் உள்ளன. இதனால் அறிவைப் பற்றிய நமது நோக்கு அறிவுத்தன்மை இயலிலிருந்து (எபிஸ்டமாலஜியிலிருந்து) இயல்திட்டவாதத்திற்கு (ஆன்டாலஜிக்கு) மாறுகிறது. அதாவது அறிவு பற்றிய அருவமான கொள்கைகளிலிருந்து, அறிவு தோன்றுவதற்குத் தேவையான நிலைமைகளை அளிக்கின்ற வாழ்க்கைச் சூழலுக்குச் செல்கிறது.

உலகின் புதிய, பரிச்சயமற்ற தன்மை, உலகில் இருத்தலைப் பற்றிய விளக்கத்தைத் தேடுவதற்குக் காரணமாகிறது. நாம் குடும்பங்களில், ஊர்களில், நாடுகளில், மொழிகளில், நிறுவனங்களில், சிந்தனைகளில், சமூக மதிப்புகளில் பிறக்கிறோம். இவை நமக்கு உலகத்தைப் பற்றிய புரிந்துகொள்ளலை உருவாக்குகின்றன. இன்னும் கூர்ந்து நோக்கினால், வாழ்வு-சாவு, பயங்கள், மனநிலைகள், ஆசைகள் எல்லாவற்றாலும் வாழ்க்கையின் அர்த்தம் நிர்ணயிக்கப்படுகிறது. அவற்றின் அர்த்தமுள்ள உறவுகளின் சட்டகத்திற்குள் நாம் இடைவிடாமல் பொருள் செய்துகொண்டிருக்கிறோம், நாமும் பொருள் கொள்ளப்படுகிறோம்.

உணர்வுபூர்வமாக விளக்குகின்ற முயற்சியால் நமக்குப் புரிந்து கொள்ளல் வருவதில்லை. இப்படித்தான் ஷ்லியர்மேக்கரும் டில்தேவும் புரிந்துகொள்ளலை விளக்கினார்கள். ஆனால் ஹைடெக்கர் புரிந்துகொள்ளல் என்பது நாம் நாள்தோறும் நமது நடத்தையின் அர்த்தமுள்ள முழுமை வாயிலாகப் பிரக்ஞைவயப்பட்ட முயற்சியின்றியே செய்துவருகின்ற ஒன்று என்கிறார். நாம் எல்லாரும் பொருள் விளக்கம் செய்கின்ற, பொருள் கொள்ளுகின்ற விலங்குகள். நாம் பிறக்கும்போதே இந்தப் பொருள்விளக்கச் சுற்றுக்குள் தூக்கி எறியப்படுகிறோம். நம்மைச் சுற்றியுள்ள கலாச்சார மரபுகள் குழந்தைப்

பருவ முதலாகவே நமக்குப் பொருள்களைப் பற்றிய குறிப்பிட்ட முன்னறிவை அளித்துவிடுகின்றன. மொழி, கருத்துகள், கலாச்சார மரபுகள் எல்லாம் நமது வாழ்க்கை பற்றிய நோக்கை அளிக்கின்றன.

இவற்றில் மொழிதான் நாம் உலகிற்குள் தொடர்புபடுவதற்கு வேண்டிய மிக முக்கியமான ஊடகமாக இருக்கிறது. உலகத்தை நம் குடும்பமாக-நமக்கு வேண்டிய ஒன்றாக, நமது சூழலாக ஆக்குவது மொழிதான். ஆகவே நாம் மொழியைப் பேசுவதில்லை. மொழிதான் நம்மை ஆக்குகிறது, அதாவது நம்மைப் பேசுகிறது.

மொழி, பிறப்பிலிருந்தே நமக்கு ஒரு முன்விளக்கத்தை அளிப்பதால் அது ஒரு சிறையன்று, ஒரு கருவியுமன்று. நாம் உலகத்தை மொழி என்ற கண்ணாடி வழியாகத்தான் பார்க்க முடியும். அக்கண்ணாடி இல்லையேல் உலகைப் பார்க்க முடியாது, புரிந்து கொள்ளவோ விளக்கவோ முடியாது. ஆனால், நாம் ஏற்றுக் கொண்ட அர்த்தத்தை மரபின் அடிமைகள் என அப்படியே வைத்திருப்பதில்லை. நமது வாழ்க்கைப் பணிகளின் ஆசைகளால் உந்தப்பட்டு, நமது புரிந்துகொள்ளல், நமக்குக் கிடைத்த முற்கருத்து களை ஆக்கபூர்வமாகத் தன்வயப்படுத்தி மீளுருச் செய்கிறது.

எனவே பொருள்கோளியலில், பொருள் விளக்கம் என்பது ஒரு மானிட நிலைமை ஆகிறது. முற்சாய்வின்றிப் புறவயநோக்கில் வாசிப்பு என்பது சாத்தியமில்லாத ஒன்று. நமது முற்சாய்வுகளாகிய கண்ணாடி வாயிலாகவே விளக்கமளிக்க முற்படுகிறோம். நாம் ஏன் விளக்கம் அளிக்கவும் கொள்ளவும் வேண்டும் என்றால், அதற்குக் காரணம் நமது காலவயப்பட்ட, வரலாற்று இயல்புதான். நம்மை அழுத்துகின்ற சமகாலக் கேள்விகளுக்குப் பழைய மரபுகள், வரலாறுகளின் வாயிலாக விளக்கம் கண்டு, அவற்றை எதிர் காலத்துக்கான முடிவுகளாக்கிக் கொள்கிறோம் என்பதுதான் நம் வாழ்க்கை என்ற திட்டத்தின் முயற்சியாக இருக்கிறது.

ஹான்ஸ் ஜியோர்ஜ் கடாமர் (1900-2002)

ஜெர்மனி நாட்டைச் சேர்ந்த ஹான்ஸ் கடாமர், வாசகர் எதிர்வினைக் கோட்பாட்டின் மூலவர்களில் ஒருவர். ஹைடெக்கரின் மாணவரான அவர் அண்மைக்கால பொருள்கோளியலில் மிகப் புகழ்பெற்றவர். அவர் கொள்கை தத்துவப் பொருள்கோளியல் எனப்படுகிறது. மானிடப் புரிந்துகொள்ளலை விரிவாகவும் ஒழுங்குமுறையோடும்

சோதித்து ஆராய்வதைத் தத்துவப் பொருள்கோள் என்ற சொல் குறிக்கிறது. இது கடாமருடன்தான் தொடங்குகிறது. 'உண்மையும் முறைமையும்' (Truth and Method) என்ற புகழ்பெற்ற புத்தகத்தில் நாம் முன்னர்க்கண்ட ஷ்லியர்மேக்கர், டில்தே, ஹுஸர்ல், ஹைடெக்கர் போன்றோரின் ஆழ்நோக்குகளை ஒன்றாக வைத்து விவாதித்துப் புரிந்துகொள்ளுதல் என்றால் என்ன என்ற விரிவான விளக்கத்தை அளிக்கிறார் கடாமர். கடாமரின் வாதங்களைச் சுருக்கி நான்கு கருத்துகளாகச் சொல்லலாம்.

1. மொழிசார்ந்த கலைகளிலும், சாராத கலைகளிலும், மொழி சார்ந்த பனுவல்களிலும், பொருள்விளக்கங்கள் காலப்போக்கில் மாறுகின்றன. இவை அந்தந்தக் கலை, பனுவல் அல்லது சொல்லாடலின் அர்த்தத்துக்கு உள்ளுறைபவை. எனவே மாறும் விளக்கங்களைத் தவிர, அசலான மூல அர்த்தம் ஒன்று என்பது கிடையாது.
2. வரலாற்றின் முன்முடிவுகள் அல்லது முற்சார்புகள் என்பதிலிருந்து தப்பி, கடந்த காலத்தின் அசலான அர்த்தத்தை அடைய நம்மால் இயலாது.
3. அசலான அர்த்தம் என்பது இறந்துவிட்டது. எனவே நாம் அதைப்பற்றிக் கவலைகொள்ள வேண்டியதில்லை.
4. வரலாற்றில் எல்லா அறிவுமே சார்புடையதுதான், அதிலும் குறிப்பாகப் பொருள்கோள் சார்ந்த அறிவு மிகுந்த சார்புடையது.

இனி இவற்றைப் பற்றிச் சற்றே விரிவாகப் பார்க்கலாம்.

1. 'பொருள்கோளியல் பணியின் அடிப்படையில், பரிச்சயம்-பரிச்சயமற்ற புதுமை என்னும் இருமை எதிர்வுத்தன்மை இருக்கிறது... வரலாற்றில் கருதப்பட்ட தனிப்பொருளாக இருப்பதற்கும், மரபின் ஒரு பகுதியாக இருப்பதற்கும் இடையிலான பகுதி அது' என்கிறார் கடாமர். கடாமர் வரலாற்றைக் கையாளும்முறை-வரலாற்றின் திறன்மிக்க உணர்வைக் கையாளும் முறையைப் புரிந்துகொள்வதற்கு மரபு பற்றிய இந்தச் சிந்தனை முக்கியமானது. கடாமரின் கருத்துப்படி, மரபை உருவாக்க முனைகின்ற தன்னிலைகளுக்கிடையிலான நிலைமைகள், விளக்கம் முன்செல்வதற்கான நிலைப்பாட்டை அளிக்கின்றன, விளக்கவுரையாளன் நடுநிலையாளனாக இருப்பதில்லை. பனுவலின் மரபுக்குத் தொடர்பானதோர் இடத்தில் வைக்கப்படுகிறான். 'அந்த மரபிலிருந்து பனுவல் பேசுகிறது.'

ஹான்ஸ் ஜியோர்ஜ் கடாமர்

எனவே மரபும் பாரம்பரிய அறிவின் அதிகாரமும் தேவை யானவை என்பது கடாமரின் கருத்து. ஒருவன் சுயசிந்தனையில் ஈடுபடுவது தவறன்று. ஆனால், நம்மை முன்னடத்துகின்ற மரபுகளிலிருந்தும் அதிகாரங்களிலிருந்தும் விடுபட்டுத்

தானாகவே சிந்திக்கிறோம் என்ற மாயைக்குள் விழுந்து விடலாகாது.

2. ஹைடெக்கருக்குப் பிறகு பொருள்விளக்கத்தின் ஓர் உள்ளார்ந்த பகுதியாகவும் மிகத் தேவையானதுமாக இருப்பவை முன்-புரிந்து கொள்ளலும், முற்கருத்துகளும் என்பது ஏற்கப் பட்டுள்ளது. இரண்டாவது, நமது இருப்பின் காலவயப்பட்ட, வரலாற்றுத் தன்மைதான் நாம் உலகில் அர்த்தபூர்வமாக ஈடுபடக் காரணமாகிறது. வரலாறு புரிந்துகொள்ளலுக்கு ஒரு தடையன்று, மாறாக நாம் உலகைப் பார்ப்பதற்குத் தக்க கண்ணாடிகளை அளிக்கின்ற கலாச்சார மரபுகளை உட்கொண்டது. அந்தக் கண்ணாடிகளுக்கு ஏற்பத்தான் நாம் உலகைக் காண முடிகிறது.

3. தமிழகத்தின் பழங்கதை ஒன்றை இங்கே காண்பது சரியாக இருக்கும். ஒரு யானையை நான்கு குருடர்கள் காண்கிறார்கள். காலைத் தொட்டுப் பார்க்கும் குருடன் ஒருவன் 'யானை தூண் போலிருக்கிறது' என்கிறான். வாலைத் தொட்டுப் பார்க்கும் மற்றொருவன், 'யானை துடைப்பம் போல் இருக்கிறது' என்கிறான். யானையின் காதைத் தடவிப் பார்க்கும் மற்றவன், 'யானை முறம் போல் உள்ளது' என்கிறான். அதன் துதிக்கையைத் தடவிப் பார்க்கும் இன்னொருவன், அது நீளமாகப் பாம்புபோல இருக்கிறது என்கிறான். யானையைப் பார்த்த இந்தக் குருடர்கள், தங்கள் முன்னறிவை வைத்தே— தூண், விளக்குமாறு, முறம், பாம்பு என்பவற்றை வைத்தே— அதை விளக்க முடிகிறது. இந்த முன்னறிவுகள் அல்லது முற்சார்புகள் இன்றி யானையை விளக்க முடியாது. பொருள் விளக்கத்தில் நாமும் இப்படித்தான் அவரவர் முன்முடிபுகளை வைத்து அர்த்தம் கொள்கிறோம். இந்தக் குருடர்கள் எவ்விதம் உண்மையான அறிவு என்பதை அடைய முடியாதோ அதுபோல் தான் நாமும் உண்மையான அறிவு என்பதை அடைய முடியாது. எனவேதான் அசலான அர்த்தம் என்பது இறந்துவிட்டது. நாம் அதைப்பற்றிக் கவலை கொள்ள வேண்டியதில்லை என்கிறார் கடாமர்.

4. அறிவு சார்புத்தன்மை கொண்டது என்பதற்குச் சான்றாக மேற்கூறிய யானைக் கதையையே காணலாம். யானையைக் கண்ட குருடர்கள் எப்படி அதன் பகுதி-பகுதியான அறிவை

அடைந்தார்களோ, அதுபோல நாம் உலகத்தைப் பற்றிய பகுதிப் பகுதி அறிவையே அடைகிறோம், முழு அறிவினைக் காண முடிவதில்லை, சார்பறிவையே அடைகிறோம் என்பது பெறப்படுகிறது.

மரபில் இவ்விதம் நிறுத்தப்படுதலும் (அதன் முன்முடிவுகளும்) விளக்கவுரையாளனின் 'அடிவானமாக' அவன் பிரக்ஞைக்கு வந்தாக வேண்டும். ஆனால், பனுவலின் அடிவானம் வேறானது, தொலைவிலுள்ளது. இந்த இரு அடிவானங்களின் இணைவையும் தேடினாலும், வரலாற்றுத் தொலைவு அல்லது இடைவெளி மறைவதில்லை, அது அர்த்தத்தை உருவாக்குவதாக இருக்கிறது. இந்த அர்த்தத்தில் விளக்கவுரையாளன், ஆசிரியனைவிட மிகுதியாகப் புரிந்துகொள்ள முடியும். ஆசிரியன் ஏதோ ஒன்றைக் கருதி எழுதினாலும், அதற்குப் பலவிதமான அர்த்தங்கள் கொள்ள இயலுவதாக அந்தப் பனுவல் விரிவடைகிறது.

விளக்கச் செயலின் வாயிலாகப் புரிந்துகொள்ளல் நிகழ்கிறது. பனுவலைப் புரிந்துகொள்ளல் என்பது, முன்னறிவு, முன்நோக்கம், முன்கருத்து ஆகியவற்றின் அடிப்படையில் அமைகிறது. சுதந்திரமான, புத்திபூர்வமான அடிப்படையில் பொருள் கோள் இயங்குவதில்லை. அது முற்சார்பின்-முன்முடிவுகளின் அடிப்படையில் எழுகிறது. அசலான, எந்த வாசகர்களுக்காகப் பிரதி இயற்றப்பட்டதோ, அந்த நிலைமைகளைப் பொறுத்துப் பொருள் அமைவதில்லை. மானிட உருவாக்கத்திற்குக் காரணமான மொழியியல் விதிகளையும் மரபையும் சார்ந்து பொருள் அமைகிறது.

நாம் எப்போதுமே முன்முடிவு என்பதிலிருந்துதான் தொடங்கு கிறோம். ஆனால் அதுவே வாசிப்பை முழுவதுமாக நிர்ணயிப்பது இல்லை. இதற்குக் காரணம், கடாமர் கருத்தில், பொருள் விளக்கம் என்பது, வாசகருக்கும் பனுவலுக்குமான பரஸ்பர உறவின் ஒரு நிகழ்ச்சி. ஆகவே, விளக்கச் செயலில் ஒருவர் முற்சார்புகள், முன்முடிவுகளோடு ஈடுபட்டாலும், அவருடைய முற்சார்புகளைத் தன்மீது திணிக்கும் வாசிப்பைத் தடுப்பதன் வாயிலாக எதிர்க்கும் சக்தி பெற்றுள்ளது பனுவல். விளக்கச் செயல், விளக்கக்காரரின் முற்சார்புகள், முற்கருத்துகள் ஆகியவற்றின் அமைப்பையும், அதன் வாயிலாக அவர்கள் புரிந்துகொள்ளலின் அடிப்படையையும் மீளுருவாக்கம் செய்கிறது. ஆகவே பொருள் விளக்கம் என்பது வரையறைக்கு உட்படாத, திறந்த இறுதியைக் கொண்ட செயல்முறை.

கடாமரின் பொருள்கோளியலின் திறந்த இயங்கியலும், பரிணமிக்கும் மரபும் மூடிய இறுதி என்பதைத் தடுக்கின்றன. அர்த்தத்தைப் புரிந்துகொள்கிறோம். ஆனால் எந்தப் புரிந்து கொள்ளலும் இறுதியானதன்று.

தெரிதா *(1930-2004)*

இருபதாம் நூற்றாண்டில் மிகுந்த செல்வாக்குச் செலுத்திய சிந்தனையாளர்களுள் ஒருவர் ழாக் தெரிதா. திறந்த இறுதியுள்ள திரும்பச் செயல்கள், வித்தியாசம் போன்ற கருத்துகளில் அவருடைய அர்த்தம், விளக்கம் பற்றிய கோட்பாடுகள் அடங்கியிருக்கின்றன. மொழியியல் எதிர்மைகளின் வாயிலாக அர்த்தம் எழுகிறது என்ற சசூரின் கருத்தை மீண்டும் கடினமான பாணியில் சொல்பவை இவை என்று கருதலாம். மேலும் விளக்கம் என்னும் திறந்தமுனைச் செயல்பாட்டின் வழியாக அர்த்தம் எழுகிறது என்னும் கடாமரின் கருத்தைத் திரும்பச் சொல்வதாகவே இவை அமைகின்றன.

பொருள்விளக்கம் குறித்து தெரிதா சொல்வனவற்றில் முக்கியமான ஒன்று, தத்துவப் பனுவல்கள், வழக்கமாக, மறைவான, உட்பொதிந்துள்ள முரண்பாடுகளைக் கொண்டுள்ளன என்பது. இவற்றை விளக்கச் செயல் வெளிப்படுத்தவேண்டும். இந்தச் செயல்முறையைத்தான் அவர் தகர்ப்பமைப்பு (deconstruction) என்கிறார். இந்த மாதிரி ரூஸோ, ஹெகல் போன்ற தத்துவஞானிகளை அவர் தகர்த்தமைத்தும் காட்டியிருக்கிறார்.

அவருடைய மற்றொரு முக்கியமான அழுத்தம், ஆசிரியனின் மரணம் என்பது. பார்த்தின் இந்தக் கருத்தைப் பல்வேறு பின்னமைப்பு வாதிகளும் ஏற்றிருக்கிறார்கள். அடுத்து, உரைவிளக்கத்தை மையம் அழிப்பது என்பதும் அவருடைய முக்கியமான நிலைப்பாடு. ஒரு குறித்த நிர்ணயப்பட்ட அர்த்தம் என்பது, உரைவிளக்கத்தால் கிடைப்பதில்லை என்பதே இதற்குக் காரணம். சிலசமயங்களில் ஆசிரியர் முக்கியக் கருத்தெனத் தான் கருதாமல் விளிம்பில் விட்ட கருத்துகளை முதன்மையான வாசிப்புக்குட்படுத்தும்போது புதிய செய்திகள், அர்த்தங்கள் கிடைக்கின்றன என்ற இவரின் பார்வையும் முக்கியமானது.

பால் ரிக்கோர் *(1913-2005)*

ரிக்கோர் ஒருவிதமான பனுவல் விளக்கக் கோட்பாட்டினை (விமரிசனக்

கோட்பாட்டை) அளித்துள்ளார். தொலைவுபடுத்தல், தனதாக்கிக் கொள்ளல், தெளிவுபடுத்தல், விளக்கமளித்தல் ஆகியவை இவருடைய முறைமையின் படிநிலைகளாக உள்ளன.

தொலைவுபடுத்தல் என்பது வரலாற்றினால் உருவாகும் பிரக்ஞை என்ற கடாமரின் கொள்கையிலும் அடங்கியுள்ளது. புரிந்துகொள்ளல் என்பது வரலாற்றில் வைக்கப்பட்டுள்ளது. வரலாற்றால் பாதிக்கப் படுவது. புரிந்துகொள்ளல் என்பது பனுவலின் மற்றும் விளக்குபவனின் அடிவானங்களின் ஒன்றிணைப்பால் உருவாக்குவது என்று கடாமர் முன்னரே கூறியுள்ளார். ரிக்கோர், தொலைவுபடுத்தலைப் பனுவலிலிருந்து விலகியிருத்தல் என்பதாக அர்த்தம் கொள்கிறார். பனுவல் என்பது எழுத்தில் பொருந்திய சொல்லாடல். அது மனித அனுபவத்தின் வரலாற்றுத்தன்மையின் அடிப்படைப் பண்பை வெளிப்படுத்துகிறது. இந்தக் கருத்தை,

– பேச்சுக்கும் எழுத்துக்குமான உறவாகப் பனுவல்
– அமைப்புற்ற செய்கையாகப் பனுவல்
– உலகின் மனக்கருத்து உருவமாகப் பனுவல்
– புரிந்துகொள்ளலின் இடையீடாகப் பனுவல்

என்னும் நான்கு பகுதிகளாகக் காண்கிறார்.

பேச்சின்போது வெளிப்படும் கருத்துகள் எழுத்தில் வெளிப் படுவதில்லை. அவை மாறிவிடுகின்றன. பனுவலின் வாசகர்கள் வேறு, பேச்சின் கேட்பாளர்கள் வேறு. பேச்சுக்கு முன்னிலை எனக் கருதப்பட்ட கேட்பாளர்களின் உலகிலிருந்து, எழுத்தைப் படிப்பவர் களின் சமூக உளவியல் உலகங்கள் தொலைவுபட்டு விடுகின்றன. ஆனால் இந்தத் தொலைவுபடுதல், சொல்லடலின் அடிப்படை நோக்கத்தை மறைத்துவிடுவதில்லை. சொல்லாடல் என்பது ஏதோ ஒன்றைப் பற்றி யாரோ ஒருவர் எவரோ ஒருவருக்குச் சொல்வதாக அமைகிறது. அதேபோலப் பனுவலும் ஆசிரியனுக்கும் வாசிப்பவனுக்கும் பொதுவானதோர் யதார்த்தத்தைப் பிரதிபலிப்பதாக உள்ளது. வாசிப்பவனும் உலகும் இல்லையெனில், பனுவல் வெறும் சொற்களின் கட்டமைப்பு ஆகிவிடுகிறது.

இந்த இடத்தில் ரிக்கோர், ஹைடெக்கரைப் போலப் புரிந்து கொள்வது என்பது மற்றவர் அல்லது மற்றதைப் புரிந்துகொள்ளுதல் அன்று, உலகில் இருத்தலின் அமைப்பைப் புரிந்துகொள்ளல் என்பதாகக் கருதுகிறார். கடைசியாகத் தொலைவுபடுத்தல் என்பது

கர்த்தா, தன்னிலிருந்தே தன்னைத் தொலைவுபடுத்திக் கொள்ளுதல் என்று சொல்கிறார். பனுவல் என்பது நாம் நம்மைப் புரிந்து கொள்வதற்குப் பயன்படுத்தும் இடையீடு (ஊடகம், மீடியம்) ஆகிறது.

தெளிவுபடுத்தல் வேறு, விளக்குதல் வேறு. தெளிவுபடுத்தல் என்பது பனுவல் சொன்னதை எடுத்துச் சொல்வது (எக்ஸ்பிளனேஷன்). விளக்குதல் என்பது பனுவல் எதைப் பற்றியது என்பதை எடுத்துரைப்பது (இண்டர்ப்ரடேஷன்). பனுவல்கள் சொல்லப் பட்டதற்கும் சொல்லப்படாததற்குமான விளிம்பில் நிற்கின்றன. புரிந்துகொள்ளல் நிகழவேண்டுமானால், சொல்லப்பட்டது—சொல்லப் படாதது என்ற இரண்டிற்கும் விளக்கம் தேவைப்படுகிறது. விளக்கம் அளிப்பவன் ஏதோ ஒரு விதத்தில் தொடக்கத்தில் ஒரு பனுவலை எளிமையான விதத்தில் மனத்தில் கொண்டுதான் அதற்குள் செல்கிறான். பிறகு புரிந்துகொள்ளல் ஆழப்படும்போது இந்த முதற்கருத்து ஆழப்படலாம் அல்லது அழிக்கவும் படலாம். இந்தப் புரிந்து கொள்ளல் ஏற்கெனவே நாம் கண்ட பொருள்கோள் வட்டத்தின் வாயிலாக நிகழ்கிறது. ஆழமான புரிந்துகொள்ளல் ஏற்பட, விளக்கம் நிகழ, ஒரு வாய்ப்பு தேவை.

வெறுமனே சொல்வதிலிருந்து உயர்ந்து, ஒரு பனுவல் எதைப் பற்றிப் பேசுகிறது என்பதை அறிவதற்கு விளக்கம் தேவைப்படுகிறது. பனுவல் சொல்வது என்பது அதன் பகுதிகளை அறிவது. பகுதிகளுக் கிடையிலான தொடர்புகளை அறிவது, எதைப் பற்றிப் பேசுவது என்பது. முழுமைக்கும் பகுதிகளுக்கும் இடையிலுள்ள தொடர்பு. அதன் அர்த்தங்களைப் புரிந்துகொள்வது பற்றியது.

தன்வயப்படுத்தல் அல்லது தனதாக்கிக் கொள்ளுதல் என்பது அடுத்த நிலை. இதற்கு மரபு உதவுகிறது. மரபு என்பது ஏதோ அந்நியமானதல்ல. அதில்தான் நாம் பிறந்து வளர்ந்து வாழ்கிறோம். மக்கள் தங்களுக்குள் பொதுவாகப் பகிர்ந்துகொள்ளும் வரலாறும், மொழியும் கலாச்சாரமும் அதற்குக் காரணமாகின்றன. நாம் வாழ்க்கையில் ஈடுபடும்போது மரபைத் தனதாக்கிக் (நமதாக்கிக்) கொள்கிறோம். அவ்விதமே பனுவலையும் தன்வயப்படுத்துகிறோம். ஒரு பனுவலைப் புரிந்துகொள்ளும்போது அது நமக்கு அந்நியமாக இருப்பதில்லை, பரிச்சயமாகிவிடுகிறது. தொலைவுபடுத்தலும் தனதாக்கிக்கொள்ளலும் ஓர் இயங்கியல் உறவைத் தங்களுக்குள் கொண்டுள்ளன. ஒன்று தொலைவு, மற்றது நெருக்கம் ஒன்று

பரிச்சயமற்றது, மற்றது பரிச்சயம். ஒன்று மறைந்திருப்பது, மற்றது தெளிவாகத் தெரிவது. விளக்கம் ஒன்றை மற்றொன்றிற்குக் கொண்டு செல்கிறது. இதனால் வாசிப்பவனின், விளக்கமளிப்பவனின் அடிவானம் விரிகிறது. பிறரைப் புரிந்துகொள்வதன் வாயிலாகத் தன்னைப் புரிந்துகொள்வதும் சாத்தியமாகிறது. ஓரளவு விரிந்த பிரக்ஞையுடன் பனுவலுக்குள் மறுபடியும் புகும்போது அதன் எலலையும் வாசிப்பவனின் அடிவானமும் மேலும் விரிகின்றன. இவ்வாறு புரிந்துகொள்ளல் ஆழப்பட்டுக் கொண்டே செல்லும்போது வாசிப்பவனும் அதில் தன்னை ஈடுபடுத்திக்கொள்ளவும், அதிலிருந்து தன்னை விலக்கிக் கொள்ளவும் செய்கிறான். ரிக்கோர் (வானவில் என்பதுபோல) இதனைப் பொருள்கோள் வில் (ஹெர்மனூடிக் ஆர்க்) என்கிறார்.

இதனால் பொருள்கோள் வட்டத்தை ரிக்கோர் மறுக்கவில்லை. ஏற்கவே செய்கிறார். தெளிவுபடுத்தலுக்கும் விளக்கத்துக்கும் (தனதாக்கிக் கொள்ளுதலும் உட்பட) உள்ள உறவும் மீண்டும் விளக்கத்துக்கும் தெளிவுபடுத்தலுக்கும் உள்ள உறவும்தாம் இறுதியாகப் பொருள்கோள் வட்டம் என்பதாகின்றன.

மேற்கண்டவற்றிலிருந்து ஒரு பனுவலை இரண்டு விதங்களில் நோக்குவதை ரிக்கோர் எடுத்துக் காட்டியிருக்கிறார் என்பதை அறியலாம். ஒன்று, பனுவலின் உள்ளியல்பை மட்டும் நோக்குவது. இந்த நோக்கில், அதற்குப் பின்னணி இல்லை. சூழல் இல்லை, வெளியுலகும் இல்லை. அதற்கு ஓர் ஆசிரியனோ வாசகனோ இருப்பதைப் பற்றிய கவலையும் இல்லை. இதிலிருந்து விளைவது தெளிவுபடுத்தல். இந்த நோக்கில் பனுவலுக்கு வெளிப்புறம் என ஏதும் இல்லை. உட்புறம் மட்டுமே இருக்கிறது. அதீத நோக்கம் எதுவும் அதற்கு இல்லை. இந்த அளவில் புரிந்துகொள்ளல் ஓரளவு முதிர்ச்சியடையாத நிலையில் மட்டுமே உள்ளது.

வாசிப்பவர்கள், பின்னர், பனுவலின் ஆசிரியனையும் சூழலையும் தங்களையும் பனுவலோடு தொடர்புபடுத்தி நோக்கும்போது அவர்களின் புரிந்து கொள்ளல் விரிவடைகிறது. விளக்கமாகிறது. இதில் பனுவல் உள்ளிருந்து மட்டுமல்ல, புறத்திலிருந்தும் வரலாற்றுப் பின்னணியிலிருந்தும் நோக்கப்படுகிறது. பனுவலின் உள் கட்டமைப்புகளை மட்டுமே நோக்குவது, அதன் நிலையியலை மட்டுமே நோக்குவது தெளிவுபடுத்தலாகும். அந்தப் பனுவல் திறந்துவிடும் சிந்தனைகளின் பாதையில், அவற்றின் வழியே செல்வது

விளக்கம் அளித்தலாகும். இது அதன் இயங்கியல் (டைனமிக்ஸ்). கடாமர் முதலியோர் காலத்துக்குப் பிறகு பொருள்கோள் வட்டம் என்பது விரிவுபட்டு, பொருள்கோள் வட்டங்கள் அல்லது பொருள்கோள் வில் (ஸ்பைரல்) என்றாகியது.

பொருள்கோள் சுழற்சிகள்

- மொழியின் அமைப்பே விளக்கத்தை வேண்டுகிறது: மரபு, கலாச்சாரம், தொழில்நுட்ப விவரம் போன்றவற்றிலும் உறுப்பினரிடையே ஒருவருக்கொருவர் பாடங்களாகவும்
- விளக்கம் சுழன்றோ சுற்றியோ வரக்கூடியது
- இது உலகளாவிய மேம்படுத்தலுக்கும் சமநிலைக்கும் கொண்டு செல்கிறது

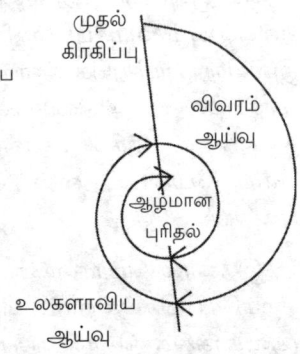

வாசிப்பு என்பது ஒத்துணர்ச்சியுடன் வாசகர் முயற்சி செய்து ஆசிரியரின் சிந்தனைகளையும் உணர்வுகளையும் அறிவதன்று. மாறாக, பனுவலின் உலகமும், வாசகனின் உலகமும் தங்களுக்குள் பரஸ்பரப் பரிமாற்றம் செய்துகொண்டு அர்த்தத்தை உருவாக்குவதாகும். எனவே பால் ரிக்கோரின் கருத்துப்படி பனுவலைப் பகுப்பாய்வு செய்வதன் நிலைகள் இவை.

1. தெளிவுபடுத்தல் (பனுவல் சொல்வது என்ன என்ற ஆய்வு)
2. புரிந்துகொள்ளல் (பனுவல் எதைப் பற்றிப் பேசுகிறது)
3. தனதாக்கிக் கொள்ளுதல்.

இந்த மூன்றும் சேர்ந்த நிலையே பொருள்கோள் வில். தொல்காப்பியர் கூறும் உள்ளுறை, இறைச்சிக் கோட்பாடுகளில் ரிக்கோரின் ஆய்வுநிலைகளை எளிதில் பொருத்திப் பார்க்க முடியும்.

நம்பிக்கைப் பொருள்கோள்

பொருள்கோளியலார்கள் பொதுவாக உலகளாவிய தன்மை, பொது மனித இயற்கை ஆகியவற்றில் நம்பிக்கை கொண்டவர்கள். எனவே பொருள்கோள் உரையாடலில் குறிப்பிடட அளவு கூட்டுறவும் கருத்துப் பகிர்வும் காணப்படுவதில் வியப்பில்லை. பொருள்விளக்கம் செய்யும் பனுவல்கள் வேறுபடலாம். ஆனால் ஒளியூட்டி வெளிச்சப் படுத்த வேண்டிய உண்மைகள் அவை என்று கருதியிருக்கிறார்கள்.

இதை வரன்முறையான நம்பிக்கைப் பொருள்கோள் எனலாம். நம்பிக்கைப் பொருள்கோளின் அடிப்படைக் கருதுகோள்கள் இவை.

1. மொழியைப் பயன்படுத்தும் செய்கையே பொருள் விளக்கத்துக்குத் தேவையை உண்டாக்குகிறது. பேசும்போதும் எழுதும்போதும் எவ்வளவோ விஷயங்கள் நமக்குத் தெளிவுபடுவதில்லை. மொழி எந்த அளவுக்கு வெளிப்படுத்துகிறதோ அந்த அளவுக்கு மறைக்கவும் செய்கிறது. ஆகவே விளக்கம் தேவையாகிறது.

2. தொடர்புச் செய்கையில் ஒரு பேசுபவன்/எழுதுபவன், ஒரு கேட்பவன்/வாசிப்பவன் இருக்கிறான் என்பது அடிப்படை விதி. இந்த இரண்டையும் இணைப்பது பொருள் விளக்கமும் புரிந்துகொள்ளலும். புரிந்துகொள்ளலில் தெளிவுண்டாக்க முன்னது தேவைப்படுகிறது.

3. இலக்கியப் பொருள்கோள் யாவற்றிலும் மொழிபெயர்ப்பும் உள்ளது. அது இருவேறு மொழிகள் அல்லது கலாச்சாரங் களுக்கு ஊடாகச் செய்யப்படுவது மட்டுமன்று. ஒரு பனுவலின் ஆசிரியன்–வாசகன் இருவரும் காலத்தாலும் இடத்தாலும் பிரிக்கப்படும் போது ஒரு வரலாற்று இடைவெளி உருவாகிறது. இதைக் கடக்க மொழிபெயர்ப்பு தேவைப்படுகிறது.

இங்கு மேற்கத்திய இலக்கியத்திலிருந்து ஒரு சான்றைப் பார்த்து மேற்செல்லலாம். இன்றைய வாசகர்களுக்கு விவிலியத்தை விளக்க வேண்டி, பிரிடோரியா பல்கலைக்கழகத்தைச் சேர்ந்த மேலன் என்பவர், ஜே.ஆர்.ஆர். டோல்கியன் என்னும் நாவலாசிரியர் எழுதிய த லார்ட் ஆஃப் த ரிங்ஸ் என்னும் நாவலைப் பயன் படுத்துகிறார் (அந்த நாவலையோ அல்லது அதன் அடிப்படையில் எடுக்கப்பட்ட திரைப்படத்தையோ பார்த்திருப்பது புரிந்துகொள்வதை எளிதாக்கும்).

மேலனின் ஆய்வுச் சுருக்கம்

சில பைபிள் பனுவல்கள் உயர் அளவிலான குறியீட்டு, உருவக உள்ளடக்கத்தைப் பெற்றுள்ளன. அந்தக் குறியீடுகள், உருவகங்களைப் பகிர்ந்துகொள்ளாத நவீன வாசகனால் அவற்றைப் புரிந்து கொள்ள இயலுவதில்லை. சான்றாக, பைபிளில் உள்ள திருவெளிப்பாட்டு நூல் (*The Book of Revelations*) காலத்தினால் கட்டுண்ட குறியீடுகளையும் உருவகங்களையும் கொண்டிருப்பதால் இன்றைய வாசகருக்கு முற்றிலும் உட்புக இயலாததாக இருக்கிறது. ஆனால் சில இலக்கிப்

படைப்புகள் வாசகர் மொழிப் பாரம்பரியத்தால் வரும் குறியீட்டுத் தன்மையைக் கொண்டிருப்பதால், பயிற்சி பெறாத வாசகரும் வாசிக்கத் தகுந்தவையாக உள்ளன. சான்றாக, மோதிரங்களின் தலைவன் (த லார்ட் ஆஃப் த ரிங்ஸ்) என்பது இருபதாம் நூற்றாண்டின் சிறந்த இலக்கியப் படைப்புகளில் ஒன்றாகக் கருதப்படுகிறது. அது வாசகருக்கு மிக எளியது.

முதல்நிலைப் பனுவல்-திரு வெளிப்பாட்டு நூல்
இரண்டாம்நிலைப் பனுவல்-மோதிரங்களின் தலைவன்

இவற்றின் உள்நோக்கங்கள் ஒத்துள்ளன என்றால், முதலாவதைப் புரிந்து கொள்ள இரண்டாவதைப் பயன்படுத்த முடியும். எனவே இவற்றிற்கிடையே உள்ள இணைகளையும் ஒப்புகளையும் நிறுவ வேண்டும்.

இவை இரு நூல்களுக்கும் இடையில் முக்கியத்துவம், சுட்டுப் பொருள், குறிக்கப்படு வாசகர்களின் சூழல் ஆகியவற்றில் சில ஒப்புமைகளை நிறுவ முடியும் என்று மேலன் சொல்கிறார்.

1. **இரண்டு ஆசிரியர்களுக்கும் பனுவலின் முக்கியத்துவத்தில் ஒப்புமைகள்**

   இரண்டு ஆசிரியர்களுமே மனநலம் குன்றியவர்களாக உள்ளனர் என்று விவரிக்கலாம். தாங்கள் வாழும் உலகத்தின் அப்பட்டமான யதார்த்தத்தால் அவர்கள் பாதிக்கப்பட்டனர். வெளிப்பாட்டின் ஆசிரியருக்கு, அக்காலப் பேரரசின் ஆதிக்கம் என்னும் யதார்த்தம், கிறித்துவில் நம்பிக்கை கொண்டவர்களை ஒடுக்குதல், வதைத்தல் ஆகியவை உள்ளன. டோல்கியனுக்கு சர்வாதிகரத்தின் யதார்த்தமும், உலகப்போரின் குரூரமும் உள்ளன. இருவருமே உலகத்தில் தீமையின் இருப்பைச் சந்தித்தனர். உலகை ஆக்கிரமிக்கும் தீமையின் அனுபவத்திற்கு எதிராகத் தங்கள் பனுவல்களை எழுதினர். ஓர் ஆழமான கேள்வி அவர்களின் எடுத்துரைப்புகளுக்குத் தூண்டுதலாக இருந்தது. கடவுள் இருந்தால், உலகத்தின் வரலாற்றில் தீமை ஏன் இவ்வளவு ஆற்றலோடும் செல்வாக்கோடும் இருக்கிறது? தங்கள் கதைகளில் அவர்கள் கடவுளையும் தீமையுடன் கடவுளுக்கு இருக்கும் உறவையும் (தியோடிசி) தாங்கள் புரிந்துகொண்ட விதமாக எடுத்துரைக்க நினைத்தனர். அதிலிருந்து உலகில் நம்பிக்கைக்கான ஓர் அடிப்படையை வழங்க முடியும். இரண்டு ஆசிரியர்களுமே தீமையின்

உண்மையான முகத்தையும் அது உலகில் எவ்விதம் செயல் படுகிறது என்பதையும் மறைந்துறையும் கடவுளையும் வாசகர்களுக்கு வெளிப்படுத்த நினைத்தனர். அதனால் வாசகர்களுக்குத் தங்கள் உலகத்தையும், கடவுளின் கரந்துறையும் மெய்ம்மையையும், உலகின் வரலாற்றில் அவர் ஏற்கும் பாத்திரத்தையும் கடவுளின் வரலாற்றில் தங்கள் பங்கேற்பையும், உணர்த்தி, வாசகர்களுக்குப் புதியகோணத்தை வெளிப்படுத்த நினைத்தனர்.

2. சுட்டுப் பொருளில் ஒப்புமைகள்

இந்த இரு கதைகளும் அப்படியே தம்மளவில் உலகம் இருக்கின்ற நிலையையும் உலகின் வரலாற்றையும் அதில் கடவுளின் செயலையும் நம்பிக்கை கொண்டவர்களுக்கு அதனால் ஏற்படும் விளைவுகளையும் சுட்டிக் காட்டுகின்றன. மோதிரங்களின் தலைவன் கதையில் கடவுளைப் பற்றிய குறிப்பு எங்கும் இல்லை. ஆனால் சம்பவங்களை நடத்திச் செல்லும் மறைவான சக்தி ஒன்று உள்ளது என்பதற்கான தெளிவான குறிப்பு உள்ளது. இது, இரண்டு கதைகளின் பாத்திரங்களாலும் இறையியல் நோக்குநிலையாலும் தொடர்புறுத்தப்படுகிறது.

3. கதைமாந்தர்

திரு வெளிப்பாட்டு நூல்	மோதிரங்களின் தலைவன்
தெய்விகத் திரித்துவம்	தெய்விகத் திரித்துவம்
கடவுள்	கடவுள்
கிறித்து	ஆரகான், காண்டால்ஃப், கலாத்ரியேல்
பரிசுத்த ஆவி	பாத்திரங்களை இயக்கும் மறைவான ஆற்றல்
தீய திரித்துவம்	தீய திரித்துவம்
சாத்தான்	சவுரோன்
பூமியிலிருந்து வெளிப்படும் அசுர மிருகம்	சாருமான்
கடலிலிருந்து வெளிப்படும் அசுர மிருகம்	நாஸ்குல்
இறைநம்பிக்கை	

கொண்டவர்கள்	தோழமைக் குழு
விசுவாசம் அற்றவர்கள்	நாடுகள், கோலும் (ஒரு பாத்திரம்)

4. இறையியல் நோக்குநிலை

இரண்டு நூல்களுமே உலகத்தின் இருமை நோக்கைக் கொண்டுள்ளன. உலகம் நன்மை தீமை, ஒளி இருள் என எங்கும் இரண்டாகப் பிரிந்துள்ளது. எல்லாவற்றுக்கும் பின்னால், அது மறைந்திருந்தாலும் ஒரு பெரிய சக்தி இருக்கிறது என்பதையும் புரிந்து கொள்ள முடிகிறது. நம்பிக்கை என்பது இருக்கிறது. ஏனெனில் தோழமைக் குழு என்பது தனியாக இல்லை, அதை விடப் பெரிய சக்திகள் பின்னிருந்து பணிபுரிகின்றன. இறுதியில் தீமை ஒடுக்கப்படுகிறது. வெற்றியின் பாதை, துன்பப்படுதல், தியாகம் வழியாகவே அமைந்துள்ளது.

5. உட்குறிப்பு வாகர்களின் சூழலில் உள்ள ஒப்புமைகள்.

இரண்டு குறிப்புக்குரிய வாசகர்களுமே துன்பத்தில் ஆழ்ந்தவர்களாக உள்ளனர். அதனால் நன்மை புரிகின்ற, இறைமை கொண்ட, கடவுளைப் பற்றிய விசுவாசத்தில் ஒரு நெருக்கடி ஏற்படுகிறது. சித்திரவதைப்படுகின்ற, துன்பங்களை அனுபவிக்கின்ற சமயத்தில் கடவுளின் மீதுள்ள விசுவாசத்தின் அர்த்தத்தை வாசகர்கள் புரிந்துகொள்வதில்லை. இவ்வளவு துயரங்களின் இடையில் கடவுள் ஏன் அமைதியாக இருக்கிறார் என்பது அவர்கள் கேள்வி. வாசகர்களின் இந்த அனுபவங்களுக்கும் கேள்விக்கும் எதிர்வினையாகவே இந்த இரு கதைகளும் எழுதப்பட்டுள்ளன.

முடிவுரை

வெளிப்பாட்டு நூலில் கடவுள் சிம்மாசனத்தில் அமர்ந்திருக்கும் ஒருவராக இருக்கிறார். மோதிரங்களின் தலைவன் நூலில் எல்லாவற்றுக்கும் பின்னிருந்து இயக்கும் சக்தியாக விளக்கப்படுகிறார். புனித நூலின் அதிகாரமும் முக்கியத்துவமும் இரண்டாம் நிலை இலக்கியத்தால் எடுத்துக்கொள்ளப்பட முடியாதது. ஆனால் புனித நூலைப் புரிந்துகொள்ளவில்லை என்றால் அது தன் அதிகாரத்தையும் ஏற்புடைமையையும் இழந்துவிடுகிறது. எனவே விசுவாசமுள்ள சமுதாயத்தின் அடையாளத்தை உருவாக்குவதில் தன் பணியை ஆற்ற,

புனித நூல் சமகால வாசகர்களுக்கு அர்த்தப்பட்டே ஆகவேண்டும். தனக்குத் தானே விளக்கம் கொள்கின்ற புனித நூலின் இயற்கைக்குக் குறுக்கே நிற்கின்ற தடைகளை நீக்குகின்ற ஒரு பொருள்கோள் கருவியை அளிப்பதுதான் இரண்டாம் நிலை இலக்கியத்தின் பணி. ‘மோதிரங்களின் தலைவன்’ என்னுன் நூல் பின்வரும் தடைகளை நீக்க உதவி செய்கிறது.

அ. சமகால வாசகர்கள் புரிந்துகொள்ளக்கூடிய உருவகங்களைப் பயன்படுத்துவதால் வெளிப்பாட்டு நூலின் கால எல்லைக்கு உட்பட்ட குறியீடுகளைப் புரிந்துகொள்ள உள்ள இயலாமையைப் போக்குகிறது.

ஆ. விவிலியத்திற்குப் புறத்திலுள்ள நூலாக இருப்பதால், மரபுவழியாக வருகின்ற, விவிலிய அறிவின் முற்சாய்வையும் முன்புரிதல்களையும் நீக்குவதால் புத்தம் புதிய பார்வையை அளிக்கிறது.

‘எனவே முதன்மை நூலான விவிலியத்தை விளக்குவதில் சமகால இரண்டாம் நிலை இலக்கியத்தைப் பயன்படுத்துவதை நியாயப்படுத்த இயலும் என்று நம்புகிறேன். இறையியல் நோக்கில் அது மிகச் சரியானது. இறைச் செய்தியை மொழிக்குக் கொண்டுவர புதிய ஆக்கபூர்வமான வழிகளைக் கண்டறிவது நடைமுறை அவசியம் என்று கருதுகிறேன்’ என்று மேலன் கூறுகிறார்.

4

அண்மைக்காலப் பொருள்கோள் சிந்தனைகள்

இந்த இயலில் பொருள்கோள் சிந்தனையாளர்களில் சிலர் கடாமரின் கருத்துகளை எதிர்கொண்ட விதம் பற்றி பார்க்கலாம்.

1. எமிலியோ பெட்டி (1890-1968)

தத்துவப் பொருள்கோளை விமரிசனம் செய்தவர். புறவய நோக்கிலான பொருள்கோள் வேண்டும் என்றவர் இவர். பொருள் விளக்கத்தில் மரபுரீதியான அகவய-புறவய வேறுபாட்டை ஹைடெக்கர் மறுத்தார். இது முழு அளவிலான அகவயமாக அர்த்தம் கொள்ளும் நிலைக்குக் கொண்டு சென்றுவிடும் என்று பெட்டி குறிப்பிடுகிறார். ஆசிரியர் மனத்தின் துல்லியமான வெளிப்பாடுகளே பனுவல்கள். அவற்றின் அசலான, ஆசிரியர் கருதிய அவருடைய உள்நோக்க அர்த்தத்தை வாசகர் நம்பத்தகுந்த விளக்க முறைகளின் வாயிலாக மீட்டமைக்க வேண்டும். பொருள்கோள் வட்டத்தின் இருப்பியல் வரையறை வாயிலாக ஹைடெக்கரும் கடாமரும் புறவயத் தொடர்பை இல்லாமற் செய்துவிட்டனர். அவர்கள் மரபான பகுதி-முழுமை பற்றிய பொருள்கோள் வட்டத்தை வாசகர்களின் சொந்த அகத்தையும் கலாச்சார நம்பிக்கைகளையும் உள்ளடக்குமாறு விரிவுபடுத்தினர். ஆனால் வாசகருடைய சொந்த வரலாற்றுச் சூழலை விளக்கத்திற்கு இன்றியமையாதது ஆக்குவதால் அது விளக்கத்தில் சார்புநிலைக்கு வழிவகுக்கும். குறிப்பாக சட்டபூர்வ, இறையியல் பனுவல்களின் விதித்தல்களுக்கு அச்சுறுத்தலாக அமையும் என்று பெட்டி வாதிட்டார்.

இவர் இருநிலை அணுகுமுறையை விளக்கம் காண்பதற்குப் பயன்படுத்தலாம் என்றார். முதலில் விளக்கவுரைக்காரர், ஒரு புறவயமான வரலாற்றுப் பணியில் ஈடுபடுவதன் மூலம் ஆசிரியர் என்ன சொல்ல விரும்பினார், எவ்வளவு தொலைவு அதைப்

பனுவலாக மாற்றுவதில் வெற்றி பெற்றார் என்பதைக் கண்டறிய வேண்டும். இரண்டாவது நிலையில், உரையாளர் இப்படி மீட்கப்பட்ட அர்த்தத்தைத் தனது சொந்தச் சூழலில் பொருத்திப் பார்க்க வேண்டும். ஓர் ஆசிரியரது பனுவலின் அசலான அர்த்தத்திற்கும் வாசகரின் இன்றைய பின்னணியில் இந்த அர்த்தத்துக்கான முக்கியத்துவத் திற்கும் உள்ள வேறுபாட்டை கடாமர் இல்லாமல் செய்துவிட்டார் என்று பெட்டி குற்றம் சாட்டினார். ஏறத்தாழ இதே கருத்தைத்தான் இ. டி. ஹிர்ஷும் கூறியிருக்கிறார்.

2. இ. டி. ஹிர்ஷ் (1928-)

பொருள்விளக்கங்கள் அல்லது உரைகள் பெருகித் தமக்குள் முரண்பட்டு எல்லையற்றுப் போகும் நிலை சில சமயங்களில் ஏற்படலாம். தமிழில் திருக்குறள் உரைகளுக்கு இந்த நிலை ஏற்பட்டுள்ளது எனலாம். இதைத் தடுப்பதற்கு ஹிர்ஷ் ஜூனியர், பொருள்கோளுக்கு ஒரு கட்டுப்பாட்டு முறைமை வேண்டும் என்கிறார். ஆசிரியனை மீட்டுருவாக்கம் செய்வதன் வாயிலாக இதைச் செய்யலாம் என்கிறார். அர்த்தம் என்பதையும் முக்கியார்த்தம் (சிக்னிஃபிகன்ஸ்) என்பதையும் இவர் வேறுபடுத்துகிறார். அர்த்தத்திற்கும், (இரசனை, காலம் போன்ற) வேறொன்றிற்கும் இடையிலான எவ்விதத் தொடர்பும் முக்கியார்த்தம் ஆகும். ஆகவே இது மாறக்கூடியது, விமரிசனத்தின் அக்கறை முக்கிய அர்த்தத்தின் மீது குவியக்கூடியது என்பதைச் சொல்லத் தேவையில்லை.

உரைவிளக்கம் அர்த்தத்தைப் பற்றியது. அர்த்தம், ஆசிரியரின் உள்நோக்கம் என்பதால் மாறாத ஒன்று. அது வரலாற்றில் செயல்படுவதும் அன்று, நனவிலியிலிருந்து தூண்டப்படுவதுமன்று. ஒரு பனுவலில், சொற்பொருளைக் குறிக்கும் அல்லது நிர்ணயிக்கும் ஆசிரியனின் பகுதி அது எனலாம். ஆனால் ஆசிரியனின் உள் நோக்கம் (இண்டென்ஷன்) என்பதையே உரைகாண்பவன்தான் எடுத்துரைக்க வேண்டி யிருப்பதால் இது ஒரு பயனற்ற சுழலில் மாட்டிக்கொள்கிறது. மேலும், ஆசிரியனின் உள்நோக்கத்தைத் தேடுவது தேவையா இல்லையா என்ற கேள்வியும் உண்டு. புதுத் திறனாய்வாளர்கள் ஆசிரிய உள்நோக்கத்தை எதிர்த்தவர்கள்.

3. கருத்தியல் திறனாய்வு (ஹேபர்மாஸ்)

நம்மைப் பற்றிய அறிவையும் உலகத்தைப் பற்றிய அறிவையும் நாம்

நமது கலாச்சார மரபுகளில் பங்கேற்பதிலிருந்து பெறுகிறோம் என்றால் அதை விமரிசனமின்றி அப்படியே திரும்பச் சொல்வதிலிருந்து நம்மை மீட்பது எது? இந்த மரபுகளிலிருந்து ஒரு விமரிசனத் தொலைவை ஏற்படுத்திக் கொண்டு, மொழியிலும் அர்த்தத்திலும் உள்ள கருத்தியல் சிதைப்புகளைக் கண்டுபிடிக்க உதவுவது எது? இந்தக் கேள்விகளைக் கேட்டவர்கள் ஹேபர்மாஸ் என்பவரும் கார்ல்-ஆட்டோ ஏப்பல் என்பவரும் ஆவர்.

அறிவியல் பூர்வமான புறவயத்தன்மை இன்மையை கடாமர் வலியுறுத்தியது சரி. ஆனால் உண்மையை வெளிப்படுத்துவதில் அவரளவுக்கு மரபையும் மொழியின் ஆற்றலையும் நம்பலாகாது என்றார்கள். மொழியும் மரபும் கருத்தை மாற்றுவதற்கும் ஒடுக்குவதற்கும் கருவியாகவும் பயன்படக்கூடியவை. எனவே அறிவின் எல்லாக் கூறுகளும் மரபைச் சார்ந்தவை என்பதை இவர்கள் மறுத்தனர். எனவே உலகில் நமது இருப்பினால் புரிந்துகொள்ளல் எவ்விதம் நிகழ்கிறது என்பதை வருணிக்கின்ற துறையான பொருள்கோளுக்கு ஒரு விமரிசனப் பரிமாணமும் தேவை என்று இவர்கள் வலியுறுத்தினர். இப்படிப்பட்ட ஒரு விமரிசனப் பரிமாணத்தை ஒருவேளை சமூக அறிவியல்கள் அளிக்க இயலும். முக்கியமான உளவியல் பகுப்பாய்வு இந்தப் பணியைச் சிறப்பாக ஆற்ற முடியும். ஒரு மனநோயாளி கடந்தகாலத்தில் ஆழ்மனத்தில் ஒடுக்கிவைத்த அழிப்புச் சக்திவாய்ந்த நம்பிக்கைகளைத் தொலைவிலிருந்து நோக்கும் நிலையை ஒரு உளவியல் பகுப்பாய்வாளர் மேற்கொள்கிறார். இதேபோலச் சமூக அறிவியல்களும் ஓர் ஆழ்நிலைப் பொருள்கோளை அளிக்கின்றன. அது பிரச்சாரத்தில் நிகழ்வது போன்று, கருத்தியல் சார்பாகத் திரிக்கப்பட்ட தகவல்களை வடிகட்டி நீக்கிவிடுகின்றன.

இதற்கு கடாமர், நாம் புரிந்துகொள்ளும்போது என்ன நிகழ்கிறது என்பதைக் காண்பதில்தான் தத்துவப் பொருள்கோள் ஆர்வம் காட்டுகிறது, அவற்றின் ஒழுக்கவியல் மதிப்பீடுகளைப் பற்றி அது அக்கறைப்படவில்லை என்று பதிலிறுத்தார். பொருள்கோள் முறைமைகள் யாவும் மரபுகளையும் ஏற்கப்பட்ட அறிஞர்களையும் சார்ந்துள்ளன என்று காட்டவே அவர் விரும்பினார். ஒவ்வொரு மதிப்பிடுகின்ற முடிவும் ஏதோ ஒரு மரபையும் அதிகாரத்துவத்தையும் சார்ந்தே உள்ளது. மேற்காட்டிய உளவியல் உதாரணத்திலும் நோயாளி மருத்துவரின் திறனை நம்பியே இருக்கவேண்டியுள்ளது. ஆனால்

ஒருவிதத்தில் ஹேபர்மாஸ் கேள்வி கேட்டது சரி. மோசமான மரபுகளுக்கு நாம் அடிமையாவதிலிருந்து எவ்விதம் தப்ப முடியும்? இதற்குப் பொருள்கொள்ளும் முறையிலேயே ஒரு விமரிசனக் கூறு இருக்கிறது என்று கடாமர் பதிலளித்தார். ஒரு பனுவல் கூறும் விஷயத்தைப் புரிந்துகொள்ளும் பணியில் தவறான முன்முடிவுகளைக் கைவிடவேண்டும். அப்போது பனுவலை மேலும் நன்கு புரிந்துகொள்ளும் தேடலில் திரும்பத்திரும்பச் சரிபார்த்தலும் கருத்துகளை இடப்பெயர்ச்சி செய்தலும் நிகழ்கின்றன. மேலும் வாசகன் கடந்த காலத்தை ஆக்கபூர்வமாகப் புரிந்துகொள்ள வேண்டியிருப்பதால், மரபு தொடர்ந்து மாறிக்கொண்டே இருக்கிறது. ஆகவே கடந்தகாலத்துக்கும் நிகழ் காலத்துக்கும் ஆன இடையீட்டில் ஒரு உள்ளார்ந்த பகுதியாகவே விமரிசனச் சிந்தனை உள்ளது என்பது கடாமர் கருத்து.

4. கடாமரின் கருத்துக்கு விடை (பால் ரிக்கோர்)

முன் இயலில் ரிக்கோர் பற்றி ஓரளவு நோக்கினோம். கடாமரின் 'உண்மையும் முறைமையும்' புத்தகத்தைப் படிப்பதற்கு முன்னதாகவே ஹுஸர்ல், ஹைடெக்கர், ஃப்ராய்டு ஆகியோரின் கொள்கைகள், அமைப்புவாதம் ஆகியவற்றின் அடிப்படையில் தனது கோட்பாட்டை ரிக்கோர் உருவாக்கியிருந்தார். அர்த்தத்தை உருவாக்க உதவுகின்ற குறிகள், சமிக்ஞைகள், பனுவல்கள் போன்ற புறவய அமைப்பு களுக்கும் சுயத்திற்குமான தொடர்பு என்ன என்று காண்பது அவருடைய நோக்கமாக இருந்தது. ஏறத்தாழ அமைப்புவாதம் கூறுகின்ற முறையில் சிந்தனைகள் யாவும் மொழியின் ஊடாகவே தோன்றுகின்றன, நமது உள்ளார்ந்த அதி ஆழமான சிந்தனைகளும் நாம் பகுத்து ஆராயக்கூடிய, விளக்கக்கூடிய மொழியியல் அமைப்புகளின் வாயிலாகவே நடக்கின்றன என்று ரிக்கோர் கூறினார். ஆசிரியர் உணர்ந்த அனுபவத்தின் விளக்கமன்று பொருள்கோள். மாறாக, மொழியியல், குறியீடுகள் சார்ந்த வெளிப்பாடுகளிலிருந்து நாம் கண்டுபிடிக்கக்கூடிய, அவற்றில் பொதிந்துள்ள அனுபவங்களின் அர்த்தமே ஆகும். அதேசமயத்தில் அமைப்புவாதம் கூறுகின்றவாறு முன்னமே இருக்கின்ற ஒரு மொழியியல் அமைப்பின் செயலூக்கமற்ற வாயில்தான் சுயம் என்பதையும் அவர் ஒப்புக் கொள்ளவில்லை. யதார்த்தத்துடன் இடையீடற்ற தொடர்பு போன்ற வெகுளித்தனமான கருத்துகளை மாற்றிக்கொள்ள தெரிதா போன்ற அவநம்பிக்கை யாளர்களின் கருத்துகள் உதவும். அதனால் விளக்கத்திற்குத் தேவை

ஏற்படுகிறது. ஆயினும் இதுவே இறுதியன்று, மேலும் ஆழமாகப் பொருளைப் புரிந்துகொள்வதற்கு அது உதவும்.

புரிந்துகொள்ளல், விளக்கம் ஆகியவை பனுவலிலிருந்து ஒருவித விலகி நிற்றலையும் ஈடுபாட்டையும் ஒரேசமயத்தில் வேண்டுகின்றன. விலகி நிற்றல் என்பது மொழியியல் அமைப்புகள் வாயிலாகப் பனுவலின் உள்ளடக்கத்தை விமரிசனபூர்வமாகச் சிந்திப்பதை வேண்டுகிறது. இப்படிச் செய்யும்போது ஆசிரியரின் கட்டுப்பாட்டிலிருந்து ஏற்கெனவே நீங்கிவிட்ட ஒரு பனுவலின் மொழியியல்—இலக்கண அமைப்புகளை மட்டுமே நாடவேண்டி யிருக்கிறது. எனவே பொருள்கோளில் நாம் பனுவல் திறந்துவிடும் அர்த்த உலகிற்குள் நுழைகிறோமே அன்றி ஆசிரியரின் பிரக்ஞைக்குள் செல்வதில்லை என்றார் ரிக்கோர். எனவே பொருள்கோள், வெறும் தன்னிச்சையான அகவயமான ஆழ்நோக்கு அல்ல என கடாமருக்கு விடையிறுத்தார்.

5. அவநம்பிக்கைப் பொருள்கோள் (மார்க்ஸ், நீட்சே, ஃப்ராய்டு)

'பொருள்கோளியலார்கள் உலகளாவிய தன்மை, பொதுவான மனித இயற்கை ஆகியவற்றில் நம்பிக்கைகொண்டவர்கள். எனவே பொருள்கோள் உரையாடலில் குறிப்பிட்ட அளவு கூட்டுறவும் கருத்துப் பகிர்வும் காணப்படுவதில் வியப்பில்லை. பொருள்விளக்கம் செய்யும் பனுவல்கள் வேறுபடலாம், ஆனால் ஒளியூட்டி வெளிச்சப் படுத்தவேண்டிய உண்மைகள் அவை என்று கருதியிருக்கிறார்கள்' என்பது நம்பிக்கை பொருள்கோள் என முன்பு விளக்கியிருந்தோம் (பார்க்க: இயல் மூன்று). இந்த நம்பிக்கைப் பொருள்கோளுக்கும் அதற்கு எதிரான அவநம்பிக்கைப் பொருள்கோளுக்கும் வேறுபாடு காண்கிறார் பால் ரிக்கோர். பொருள்கோளில் சில புதிய தளங்களைச் சேர்த்து, பொருள்கொள்வதை மேலும் ஆழமாக்கும் முயற்சி இது.

இதற்கு உதாரணங்கள், கார்ல் மார்க்ஸ் (1818-83), ஃப்ரீட்ரிக் நீட்சே (1844-1900), சிக்மண்ட் ஃப்ராய்டு (1856-1939). இவர்கள் எல்லாம் தெளிவுபடுத்துவதை மட்டும் செய்வதில்லை, மறைத்து மேக மூட்டமாக்கவும் செய்கிறார்கள். பனுவல்களை வழிபடுவதை, போற்றுவதைவிட, அவற்றின் மீது அவநம்பிக்கை கொள்ளலாம். மரபு என்பது பொய்யான பிரக்ஞையின் களஞ்சியமாகவும் இருக்கக்கூடும். இவை வாசகரிடம் எதிர்ப்புச் செயலை எதிர்பார்க்கின்றன, மீளுருவாக்கச் செயல்களுடன் (சான்றாக, மறுவாசிப்பு) இணைந்துள்ளன.

நம்பிக்கைக்கும் அவநம்பிக்கைக்கும் இடையிலான ஒரு முக்கியமான விவாதம், கடாமருக்கும், ஃப்ராங்க்ஃபர்ட் சிந்தனைக் குழுவைச் சேர்ந்த யூர்கன் ஹேபர்மாஸுக்கும் இடையில் நிகழ்ந்தது. கடாமரின் பொருள்கோள், கிருமிநீக்கப்பட்டது (சுத்தமாக்கப் பட்டது), விமரிசனச் சிந்தனை வெளிப்படுத்த வேண்டிய சிறப்பு கவனத்துக்குரிய மறைக்கப்பட்ட சுவடுகளை நீக்கியது என்று சாடுகிறார் ஹேபர்மாஸ். ஆனால் கடாமருக்கு இந்தப் பணி தவிர்க்க வியலாமல் முக்கியமானது, முதன்மையானது. ஆகவே புரிந்து கொள்ளல் = முகத்திரையைக் கிழித்தல் என்று சமப் படுத்துவதையும், அதன் விளைவாக அறிவு = அதிகாரம் என்று சமன்படுத்துவதையும் கடாமர் ஒப்புக்கொள்ள வில்லை.

கடாமரின் விமரிசகர்களில், முக்கியமானவர் யூர்கன் ஹேபர்மாஸ். பொருள்கோள் பகுப்பாய்வுக்கு உண்மையில் எல்லையுண்டு என்று வாதிக்கிறார் இவர். தினசரி மொழியின் வாயிலாக விளக்கத்தை அளிப்பதை மட்டுமே பொருள்கோள் கருதுகிறது. சமூக வாழ்க்கையின் எல்லா வடிவங்களையும், அவற்றின் விளைபொருட்களையும் பொருள்கோள் தினசரிச் சமூக வாழ்க்கைக்குரிய விஷயமாகக் கருத்தில் கொள்வதில்லை.

ஒரு நபர் வெளிப்படுத்துகின்ற சொற்களும் சிந்தனைகளும் உடல் இருப்புநிலை, வாய்தவறுதல் உள்ளிட்ட அவருடைய நடத்தை முறைகளும் சில சமயங்களில் அர்த்தமற்றவை போலத் தோன்றலாம். ஆனால் அவை அவருடைய உண்மையான சிந்தனைகளை வெளிக் காட்டுகின்றன. புறத்தில் அவற்றிற்கு எதிரான சிந்தனைகள் அல்லது செயல்கள் வெளிப்பட்டாலும், அவரது மனத்தில் ஆழமாக மறைந்திருக்கும் எண்ணங்களையும் உணர்வுகளையும் அவை வெளிப்படுத்துகின்றன. இதுதான் அவநம்பிக்கைப் பொருள்கோளின் முக்கியக் கூறு. இதற்குச் சான்றுகளாக,

கருத்தியல்கள் வர்க்கச் சார்புகளில் நிலைகொண்டுள்ளன என்ற மார்க்ஸின் கோட்பாட்டையும்,

ஒரு கன்னத்தில் அடித்தால் மறு கன்னத்தைக் காட்டுதல் போன்ற கிறித்துவச் சிந்தனைகள் உண்மையில் பிறர் வெறுப்பாலும் தன் வெறுப்பாலும் உருவாகியவை என்ற நீட்சேயின் கோட்பாட்டையும்,

அர்த்தமுள்ள, அர்த்தமற்ற நடத்தை முறைகள் எவையாயினும்

அவை நனவிலி உந்துதல்களையும் அர்த்தங்களையும் கொண்டுள்ளன என்ற ஃப்ராய்டின் கோட்பாட்டையும் காட்டுவார்கள். இவை புற மற்றும் உட்கிடையான மனநிலைகளின் ஆழமான அர்த்தங்களை வெளிப்படுத்துகின்றன. அதனால் இவை பொருள்கோள் முறைகள் ஆகின்றன.

இவற்றில் மார்க்ஸின் கொடை குறைவு எனலாம். அவர் சமூக, பொருளாதார முரண்பாடுகள் அடிப்படையில் தமது கொள்கையை வகுக்கிறார். இருப்பினும் உள்ளாழத்தில் இருக்கும் மனித ஆர்வங் களைப் பற்றிக் குறிப்பிடுவதால் அதுவும் இங்குச் சேர்த்துக் கொள்ளப்படுகிறது. இதற்கு நல்லதொரு உதாரணம், மார்க்ஸ் மதத்தைப் பற்றிச் சொல்லும் கருத்துகள்.

நீட்சேயின் மொழியியலும் இதற்குச் சான்றாகிறது. மெய்ம்மை என்பதில்லை, வெறும் விளக்கங்கள் மட்டுமே இருக்கின்றன என்பது அவர் கூற்று. அதாவது, அர்த்தங்களுக்கு அடிப்படையான மெய்ம்மைகள் கிடையாது என்பது அவர் நிலைப்பாடு.

ஃப்ராய்டின் உணர்வுகளை ஒடுக்குதல் கொள்கைக்கு முன்னோடியும் நீட்சேதான். ஃப்ராய்டின் கொள்கைகளை எல்லாவற்றிற்கும் உரியனவாகப் பொதுமைப்படுத்தும்போது அதன் நிகழ்வுத்தன்மை குறைகிறது. சான்றாக, கனவுகளின் விளக்கம் நூலில் அவர், எல்லாக் கனவுகளையும் விருப்பப் பூர்த்தியின் வடிவங்களாகக் கருதலாம் என்று பொதுமைப்படுத்தும் போது அதன் நம்பகத்தன்மை குறைகிறது.

6. தெரிதாவின் பொருள்கோள் சிந்தனைகள்

பிறரைப் புரிந்துகொள்ள மேற்கொள்ளும் பொருள்கோள் என்ற உந்துதல், அந்த மற்றவரின் தனித்தன்மை, தனித்த வேற்றுமை ஆகியவற்றை வெற்றிகொள்ள விரும்புகின்ற ஒரு வன்முறை என்றார் தெரிதா. மற்றவரைப் புரிந்துகொள்ள விரும்பும் விருப்பத்தின் பின்னால், பழைய தத்துவம் கூறும் அதிகாரத்துக்கான விருப்புறுதி இருக்கிறது, வேற்றுமையை வெல்லவும் கட்டுப்படுத்தவுமான ஆசை உள்ளது என்றார்.

ஆகவே அர்த்தம் கொள்ளலுக்கான விருப்பம் என்பது ஆதிக்கத்துக் கான ஒரு தேடலேயாம். மாறாகத் தான் கூறுவது, அர்த்தத்தை எல்லையற்று ஒத்திப்போடுகின்ற ஒரு விளையாட்டை மேற்கொள்ளும் தீவிரப் பொருள்கோள் என்றார்.

இதற்கு கடாமர், தெரிதாவின் தகர்ப்பமைப்பு எந்த அளவுக்கு அர்த்தத்தை முன்வயப்படுத்துவதைத் தவிர்க்கிறதோ அதுபோலவே தனது பொருள்கோள் தத்துவமும் செய்கிறது என்று விடையிறுத்தார். ஆனால் அது ஒருவரை ஒருவர் புரிந்துகொள்ளும் உரையாடலை அது தடுப்பதில்லை. மேலும் கடாமரின் விளக்க எல்லை (அடிவானம்) என்ற கருத்தின்படி, பனுவலை (அல்லது நபரைக்கூட) புரிந்து கொள்கின்ற செயல்முறையில் ஒருவரின் நிலைப்பாடு மாறிக் கொண்டே செல்கிறது. மேலும் புரிந்துகொள்ளலின்போது நிகழும் எல்லைகளின் (அடிவானங்களின்) ஒருங்கிணைவு என்பது மற்றவரின் நோக்குநிலையைத் தனக்குள் ஒருங்கிசைத்துக் கொள்கிறது. ஆனால் அது ஒருபக்கச் செயல்முறை அன்று. நாம் மற்றவரைப் புரிந்துகொள்ள முனையும்போது, அதில் நாம் உடன்படா விட்டாலும்கூட, நமது பார்வையில் ஏற்கெனவே மாற்றம் நிகழ்ந்துவிட்டது.

தெரிதாவே ஒரு போலி-பிளேட்டோனியவாதி என்று கடாமர் குற்றம் சாட்டினார். மொழியையும் அர்த்தத்தையும் பற்றிய தெரிதாவின் தீவிர அவநம்பிக்கை, மானிடத் தொடர்பு எவ்வித இடர்ப்பாட்டையும் எதிர்கொள்ளாத ஒழுக்கத்தின் ஒரு தூய நிலையை எதிர்பார்க்கிறது. குறைக்கமுடியாத மறுதன்மையும், மொழிக்கும் விளக்கத்துக்கும் அப்பாற்பட்ட வேற்றுமை என்ற கருத்தும் தூய்மைக்கான அவரது பிளேட்டோனிய ஆசையைக் காட்டுகின்றன. இதற்கும் கடாமர் முன்கூறிய அதே பதிலைத்தான் அளித்தார்: பொருள்கோள் புரிந்துகொள்ளல் என்பது மாறுதலை விளைவிக்கும் ஓர் அனுபவம், அது மற்றதன் அர்த்தத்தை விழுங்கிவிடுவதில்லை, மாறாக ஒரு தொடர்ந்த அர்த்தத் தேடலாகவும் திருத்திக்கொள்வதாகவும் உள்ளது என்றார். இறுதியாக தெரிதா, 'அர்த்தச் சிதைப்பு' என்ற தகர்ப்பமைப்பும், 'அர்த்தத்தைத் தேடுகின்ற பொருள்கோளும்' ஆகிய இரண்டும் உண்மை பற்றிய மனிதத் தேடலின் தேவையான இரு பக்கங்களே என்று ஏற்றுக் கொண்டதாகச் சொல்கிறார்கள்.

7. பொருள்கோளும் பயன்வழிக் கொள்கையும் (ரிச்சர்ட் ரார்ட்டி)

அமெரிக்கத் தத்துவக்காரரான ரார்ட்டி (1931-2007) தனது தத்துவமும் இயற்கையின் கண்ணாடியும் என்ற நூலில், மொழி ஒன்றுதான் நாம் புரிந்துகொள்ளக்கூடிய அமைப்பு என்ற கடாமரின் கூற்றை விரிவுபடுத்தி எழுதியுள்ளார். வரலாற்றுமுறையில் உருவாக்கப்பட்ட ஒரு பிரக்ஞையை கடாமர் வலியுறுத்துவது அவரது பகுப்பாய்வுத்

தத்துவத்திற்கு முழு அளவில் ஒத்துவராத ஒன்று. நாம் பொருள்களுக்கு அளிக்கக்கூடிய அர்த்தம் என்பது நாம் கட்டமைக்கக் கூடிய வருணனைகளே என்பதை அறியும்போது, தத்துவஞானிகள் என்போர் அறிவியலாளர்கள் அல்லர், அவர்கள் அலங்காரக்காரர்களும் கவிஞர்களும்தாம் என்பதை அறிகிறோம். ஆகவே யதார்த்தத்தின் 'சிறப்பான' வருணனைகளை அளிப்பது தத்துவக்காரர்களின் வேலை அல்ல, நமது சமூகத்திற்கு மேலும் பயன்படக்கூடிய விதமான யதார்த்தம் பற்றிய வருணனைகளை அளிப்பதுதான் அவர்கள் வேலை. ரார்ட்டி, தான் ஒரு பயன்வழிச் சிந்தனையாளர் என்பதை இதன் வாயிலாகவும் காட்டுகிறார்.

இதுவரை பார்த்தவற்றால், பொருள்கோளின் தன்மை பற்றியும் அதன் எல்லை, வீச்சு பற்றியும் பல விவாதங்கள் இன்றுவரை முடிவின்றி நடந்துவந்திருக்கின்றன என்பது புலனாகிறது. இவ்விதத்தில் இன்னும் வளர்ச்சிக்குரிய மானிட அறிவியலாகப் பொருள்கோளியல் நிற்கிறது.

ஷ்லியர்மேக்கர், டில்தே, கடாமர் போன்றோரின் மகிழ்நோக்கு கேள்விக்குள்ளாக்கப்பட்டுள்ளது என்பதைப் பார்த்தோம். ஹைடெக்கரும் கடாமரும் முன்னைதைப் பின்பற்றினர். டில்தே முன்வைத்த இயற்கை அறிவியல்-மானிட அறிவியல் முரண்பாடும் கேள்விக்குள்ளாகியுள்ளது. நவீன அறிவியலில், ஆய்வாளன் பொதுவானவனாக, விடுபட்டவனாக, சுதந்திரம் கொண்டவனாக, தன்னிச்சையான இயக்கம் கொண்டவனாக இல்லை. அந்த ஆய்வாளன் கூர்ந்துநோக்கும் பொருளும் செயலற்றதாக இல்லை. மேலும் ஒரு கொள்கைச் சட்டகத்தின் எல்லைக்குள்ளாகவே ஆய்வு நிகழ்கிறது. இவை யாவும் சமூக அறிவியல்களுக்கும் இயற்கை அறிவியல்களுக்குமான இடைவெளியைக் குறைத்துள்ளன. இரண்டும் ஒரே தன்மையுடையவை என்பதையும் காட்டியுள்ளன.

ஸ்டீபன் டோல்மின் என்னும் அறிவியல் வரலாற்றாசிரியர் சொல்கிறார்: 'இயற்கை அறிவியல்களின் விமரிசன முடிவுகள் (விதிகள்) திட்டவட்டமானவை அல்ல, மானிடவியல்களின் விமரிசன விளக்கங்கள் மனம்போனவாறு அமைந்தவையும் அல்ல.' பொருள்கோள், வல்லறிவியல்களால் இப்போதெல்லாம் தடைப் படுத்தப்படுவதோ தீர்ப்புரைக்கப்படுவதோ கிடையாது. ரிச்சர்ட் ரார்ட்டி, நீண்ட காலப் பயனுள்ள ஒரு கருத்தைத் தம் 'தத்துவமும் இயற்கையின் கண்ணாடியும்' என்ற நூலில் (1980) சொல்கிறார்:

'சாராம்சமான (அடிப்படையான) விதிகளைத் தேடியெடுத்து, அவற்றை (பிற கொள்கைகள் யாவற்றையும் கட்டுப்படுத்துகின்ற) ஒரு மேல்நிலைச் சொல்லாடல் ஆக்குகின்ற அறிவுத் தேடல் முறையைக் கைவிடவேண்டும்.' இதற்கு அறிவு ஆராய்ச்சியியல் (எபிஸ்டிமாலஜி) என்று பெயரிட்டு, இதற்கு மாற்றுச் செயல்முறைதான் பொருள்கோள் என்கிறார். 'நாம் அறிவு-ஆராய்ச்சியியலைச் சாராத நிலையில், நமக்குக் கிடைப்பது... பொருள்கோளியல்.'

பொருள்கோள் சுழலை அல்லது வட்டத்தைப் பற்றிய ஹைடெக்கரின் திறந்த மாதிரி, இங்கு, ஓர் அடித்தளத்தின் மீது நிலையாகக் கட்டப்பட்ட அமைப்பாகக் கலாச்சாரத்தை நோக்காமல், அதை உரையாடலுக்குரிய ஒரு பொருளாக்குகிறது. ஸ்டான்லி ஃபிஷ் கூறியதுபோல, 'பொருள்கோள்தான் இப்போது எங்கும் காணக்கிடக்கின்ற ஒரே விளையாட்டு' என்ற அளவுக்குப் பொருள்கோள் இன்றைய தேவையாக இருக்கிறது.

முடிவாக...

வரலாற்றை வலியுறுத்தும் எவ்விதப் பொருள்கோள் முறையையும் நாம் தொல்காப்பியத்திற்குக் கையாள முடியுமா என்பது ஐயத்திற்குரியது. காரணம், தொல்காப்பியத்தின் வரலாறு இரகசியத்தில் புதையுண்டு கிடக்கிறது. அது எப்போது தோன்றியது, அதில் காணப்படும் வரலாற்று முறையிலான பாடபேதங்கள் எவை, அதில் இடைச்செருகல்கள் உண்டா, இம்மாதிரிப் பாட சம்பந்தப்பட்ட கேள்விகள் எதற்கும் நம்மிடம் துல்லியமான பதில்கள் இல்லை. ஹேஷ்யங்களின் மீது அமைவதன்று பொருள்கோள்.

ஆனால் வேறு பலவிதப் பொருள்கோள் முறைகள் இன்று கிடைக்கின்றன. வரலாற்றுக்கு மகிமைதராத எவ்விதப் பொருள்கோள் முறையையும் பயன்படுத்துவது தொல்காப்பியத்திற்கு ஏற்றதாகலாம். கடாமரின் தத்துவப் பொருள்கோள் முதலாக பால் ரிக்கோரின் அவநம்பிக்கைப் பொருள்கோள் வரை, எந்த ஒரு முறையையும் கையாளலாம். வரலாற்றாய்வின் முக்கியத்துவம், வரலாற்று நெறியை நூலில் பொருத்திப் பார்க்க வேண்டியதன் அவசியம் பற்றிப் பொருள்கோளியலார் பெரும்பாலானோர் வலியுறுத்தியுள்ளனர். ஆனால் கடந்தகாலம் என்பது நமக்கு என்றைக்குமே கிடைக்காத ஒன்று. உண்மையாக நிகழ்ந்தவை எவை என்பதை இன்றைக்கு நாம் காணமுடியாது. எனவே கற்பனை என்பது வரலாற்றின்

ஒரு பிரிக்க முடியாத அம்சமாகிறது. அதனால் இயற்கை அறிவியல்களைப் போல வரலாற்றைப் பொதுமை நோக்கில் எழுதவும் முடியாது.

ஆனால், நிகழ்காலத்தின் பிரச்சினைகளுக்குள் வரலாறு ஆதிக்கம் செலுத்துகிறது, குறுக்கிடுகிறது. அந்த வரலாறு மட்டுமே நமக்குத் தேவையானது என்ற பயன்வழி நிலைப்பாட்டை மனத்தில் வைத்து நமக்கேற்ற பொருள்கோள் முறையைத் தேர்வு செய்யலாம். இன்று மிகுதியாக மறுவாசிப்புகள் செய்யப்படுகின்றன. அந்த விதத்தில் தொல்காப்பியத்தையும் மறுவாசிப்புச் செய்வது மிகத் தேவையான ஒன்று.

5

தொல்காப்பியப் பாயிரம்

பொதுவாக ஒரு நூலை ஆராயும்போது வரலாற்றுப் பார்வையில் நோக்க வேண்டும் என்பது பொருள்கோளின் அடிப்படை. தொல்காப்பியத்துக்கு வரலாற்று நோக்கைப் பயன்படுத்துவதில் எழும் சிக்கல்கள் பற்றி முன்னரே குறிப்பாகச் சொல்லப்பட்டது.

தொல்காப்பியத்தை நாம் இருவகைகளில் ஆராய இயலும். ஒன்று, இதுவரை நோக்கிய பொருள்கோள் கொள்கைகளின் அடிப்படையில், அது எவ்விதம் ஆய்வுப் பொருளாக அமைகிறது என்று நோக்குவதாகும். இங்கு அது பொருள்கோள் முறையின் ஆய்வுப் பொருளாகிறது (ஆப்ஜெக்ட்).

இரண்டு, தொல்காப்பியம் தானே கர்த்தாவாக இருந்து (சப்ஜெக்ட்) எவ்விதப் பொருள்கோள் முறைகளைத் தமிழுக்கு எடுத்துரைக்கிறது என்பது. இம்முறைகள் தொல்காப்பியரின் சமகாலத்துக்கு அளிக்கப்பட்டவை எனினும் எவ்விதம் இன்றைய தமிழுக்குப் பொருந்தும் என்பது ஆராயத்தக்கது.

இந்த இயல் மட்டுமே இந்த வகையில் நூலின் பிறபகுதிகளிலிருந்து வேறுபட்டது. தொல்காப்பியப் பாயிரத்தை மட்டும் எப்படி ஆராயலாம் என்பதை இது நோக்குகிறது. பின்னால் வரும் மற்ற இயல்கள் யாவும் தொல்காப்பியர் கூறும் பொருள்கோள் முறைகளைப் பற்றியவை.

இந்த இயல், நெடுங்காலமாக-சமஸ்கிருதம் தமிழகத்தில் புகுந்த காலத்திலிருந்து தமிழுக்கும் அதற்கும் உள்ள இடைவெளி, ஊடாட்டம் ஆகியவற்றினைச் சிறப்புப் பாயிரம் எப்படி வெளிப்படுத்துகிறது என்ற நோக்கத்தில் எழுதப்பட்டுள்ளது. தொல்காப்பியத்தின் பிற எல்லா இயல்களையும் நூற்பாக்களையும் இதே நோக்கில் ஆழமாக ஒப்பிட்டுக் காண்பது தமிழுக்குப் பெரிய கொடையாக இருக்கும்.

ஏனெனில் கவிதையியலுக்கு சமஸ்கிருதம் அளித்த கொடை பற்றி மட்டுமே அயல்நாட்டவர் அறிவர். தமிழின் தொல்காப்பியம் அளித்த கொடையை அவர்கள் அறிவதில்லை. அதனைத் தெளிவுபடுத்த இப்பார்வை உதவும்.

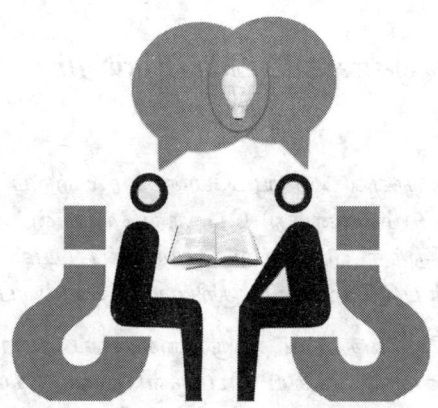

பொருள் விளக்கத்துக்கு அடிப்படையான இமுவிசை

தொல்காப்பியம் என்ற பெயர் எப்படி வந்தது?

தொல்+காப்பியம் என்று பெயரைப் பிரித்து நோக்கினால், முதலில் எழும் கேள்வி, ஓர் இலக்கண நூலுக்கு எப்படிக் காப்பியம் என்ற பெயர் வந்தது என்பது. இந்தக் கேள்வியைத் தவிர்க்க வேண்டுமானால் நாம் அதை வேறொரு வகையான காரணப் பெயராகக்கொள்ள வேண்டும். ஆசிரியர் பெயரைக் கொண்டு நூலுக்குப் பெயரிடுதல் வடமொழியிலும் தமிழிலும் உண்டு. மயேச்சுரர் எழுதிய நூல் மயேச்சுரம் எனப்பட்டது. இந்திரன் எழுதிய நூல் ஐந்திரம் (இந்திரம் என்ற சொல்தான் அப்படி மாறும்) எனப்பட்டது. அதுபோலத் தொல்காப்பியர் எழுதிய நூல் தொல்காப்பியம் என்று கூறலாம்.

அவ்வாறாயின் எழும் அடுத்த கேள்வி, தொல்காப்பியர் என்பது இயற்பெயரா, காரணப் பெயரா என்பது. இயற்பெயர் என்று கொண்டால் எவ்விதச் சிக்கலும் இல்லை. காரணப் பெயர் என்று கொள்வோர், அவர் தொன்மையான காப்பியக் குடியில் தோன்றியவர் என்பர். காப்பியக்குடி என்று ஒரு குலம் இருந்ததாகத் தெரிய வில்லை. மேலும் அவ்வாறு கொண்டாலும் அக்குடியில் பலபேர் தோன்றியிருப்பார்கள் அல்லவா? அவ்வாறாயின் அவர்கள்

அனைவருக்கும் தொல்காப்பியர் என்ற பெயர் வந்திருக்க வேண்டும் அல்லவா? அதாவது பல தொல்காப்பியர்கள் இருந்திருக்க வேண்டும் அல்லவா? இதற்கு ஒரு விடையைச் சிறப்புப் பாயிரம் அளிக்கிறது. தொல்காப்பியர் எனத் தன்பெயர் தோற்றி என்பதால் ஒன்று, காப்பியக் குடியிலே மிகச் சிறந்தவனாகப் பிறந்து தன் பெயரை நிறுவியவர் என்ற அர்த்தத்தையும் கொள்ளலாம், அல்லது தொல்காப்பியத்தை எழுதியதால் தொல்காப்பியர் என்று தன் பெயரை நிறுவியவர் என்றும் கொள்ளலாம்.

இந்த விவாதத்தில் பொருள்கோள் வட்டம் அல்லது வில் முழுமையாகப் பின்பற்றப்படுவதைக் காணலாம். முதலில் தொல்காப்பியம் என்பது எவ்வகைப் பட்ட நூல் என்ற ஐயத்துடன் தொடங்குகிறோம். உள்புகும்போதே அதன் பகுதிகள் (எழுத்ததிகாரம், சொல்லதிகாரம் போன்றவை) அது ஓர் இலக்கண நூல் என்னும் அறிவை அளிக்கின்றன. பிறகு அந்த முழுமையை ஏற்றுக் கொண்டு, ஏன் அந்தப் பெயர் வந்தது என்ற சவாலுக்குள் செல்கிறோம். அதிலும் இருவரோ (பலரோ) தங்கள் கருத்து மோதல்களினால் (இழுவிசை) அது இயற்பெயரா, காரணப் பெயரா போன்ற கேள்விகளை உருவாக்கி, இறுதியாக ஓரிரண்டு விளக்கங்களுக்கு வந்து சேர்கிறோம். இவ்வாறே நோக்கிக் கொண்டு செல்லலாம். முழுமையிலிருந்து பகுதிகளுக்கு—பகுதிகளிலிருந்து முழுமைக்கு—பிறகு முழுமையிலிருந்து பகுதி களுக்கு—என்று தொடர்ந்துகொண்டே செல்லும் புரிந்துகொள்ளல் சுழற்சிஅடிப்படை, ஷ்லியர்மேக்கர் கூறியவாறு எல்லா இடங்களிலும் பயன்படுகிறது என்பதைக் காட்டவே இங்கு இதை நோக்கினோம்.

சிறப்புப் பாயிரம்

தொல்காப்பியத்தைப் பொறுத்தவரை, முதலில் நாம் சந்திப்பது சிறப்புப் பாயிரத்தை. இது பல விதமான வினாக்களுக்கு இடமளிக்கிறது. அவற்றைக் காண்போம்.

பாயிரம் தொல்காப்பியர் காலத்தில் இயற்றப்பட்டதா, அல்லது பின்னர் எழுதிச் சேர்க்கப்பட்டதா என்பது முதலில் எழும் கேள்வி. அப் பாயிரம் சொல்லுவது போலவே தொல்காப்பியர் தம் நூலை அரங்கேற்றியபோது இயற்றப்பட்டு அவர் நூலுடன் உடனே சேர்க்கப்பட்டது என்ற கருத்தையே நாம் மேற்கொள்ளலாம். ஏனெனில் இதில் காணப்படும் பிரச்சினைகள், இது பின்னால் எழுதப்பட்ட ஒன்று என்பதற்குச் சான்று தரவில்லை.

வடவேங்கடம் தென்குமரி ஆயிடைத்
தமிழ் கூறு நல்லுலகத்து
வழக்கும் செய்யுளும் ஆயிருமுதலின்
எழுத்தும் சொல்லும் பொருளும் நாடி
செந்தமிழ் இயற்கை சிவணிய நிலத்தொடு
முந்து நூல்கண்டு முறைப்பட எண்ணிப்
புலந்தொகுத்தோனே போக்கறு பனுவல்
நிலந்தரு திருவிற் பாண்டியன் அவையத்து
அறங்கரை நாவின் நான்மறை முற்றிய
அதங்கோட்டாசாற்கு அரில்தபத் தெரிந்து
மயங்கா மரபின் எழுத்துமுறை காட்டி
மல்குநீர் வரைப்பின் ஐந்திரம் நிறைந்த
தொல்காப்பியன் எனத் தன்பெயர் தோற்றிப்
பல்புகழ் நிறுத்த படிமையோனே

இதுதான் சிறப்புப் பாயிரம். இதைப் பனம்பாரனார் என்பவர் இயற்றியதாகச் சொல்லப்படுகிறது. சங்க இலக்கியத்தில் குறுந் தொகையில் ஒரு பாடல் இவர் இயற்றியதாகக் காணப்படுகிறது. இதற்கு அப்பால் அவரைப் பற்றிய குறிப்பு எதுவும் தொல் காப்பியத்திலோ சங்க இலக்கியங்களிலோ பிற்கால நூல்களிலோ காணப்படவில்லை. முக்கியமாக, தொல்காப்பியர் காலத்தைச் சேர்ந்தவர் இவர் என்பதற்கான குறிப்பு எதுவும் இல்லை.

தொல்காப்பியச் சிறப்புப் பாயிரத்தின் பலவேறு பணிகள்

1. முதலில் தமிழ்நாட்டு எல்லைகளை வரையறுக்கிறது. வட வேங்கடம் தென்குமரி இவற்றுக்கிடையில் உள்ளது தமிழ்கூறு நல்லுலகம்.

தென்குமரி என்பதன் பொருள் தெளிவுற விளங்கவில்லை. குமரி என்பது குமரிமுனையா, குமரிக்கோடா, குமரியாறா, குமரிநாடா என்பது போன்ற வினாக்கள் எழுகின்றன. இந்தக் கேள்விகள் எழுவதற்குத் தொல்காப்பியம் இடைத்தமிழ்ச் சங்கத்தைச் சேர்ந்த நூல் என்பதும் இடமளிக்கிறது.

எல்லைகளை வரையறுக்கும் செயலுக்கு என்ன காரணம்? ஏதோ ஒரு அந்நியத் தாக்குதல், குறிப்பாக மொழிவயப்பட்ட தாக்குதல் இருந்தால் அன்றி, எல்லையை வரையறுக்கக் காரணம் இல்லை. வீட்டுத் தகராறு அல்லது நிலத் தகராறில் ஈடுபடுபவர்கள், நில

அளவையர் ஒருவரைக் கூப்பிட்டு, அளந்து, 'இதுவரை என் எல்லை, இதற்கு அப்பால் உன்னுடையது போ' என்று சொல்வது போல இருக்கிறது பனம்பாரனார் செயல். இருபக்கம் கடலும், வடக்கில் வேங்கடமும், தெற்கில் குமரியும் எனது எல்லைகள், பிற எனதல்ல என்று வேறொருவனுக்கு உரைப்பது போல இது உள்ளது. ஒருவேளை அந்த வேறொருவர் சார்பாகத்தான் 'நான்மறை முற்றிய அதங்கோட்டு ஆசான்' இந்த நூலைக் கேட்க வந்தாரா அல்லது வருவிக்கப்பட்டாரா? வட வேங்கடம்வரை வடமொழி பரவிய பிறகு, தென் தமிழ்நாட்டிலும் பரவத் தொடங்கிய பிறகு 'இது எனது எல்லை, நீ இதற்குள் புகாதே' என்று கூறுவதுபோல இது இருக்கிறது.

பிறகு இப்பாயிரம் தொல்காப்பிய இலக்கண நூலின் இயல்புகள் சிலவற்றைச் சொல்கிறது.

2. *பேச்சுவழக்கையும் எழுத்துவழக்காகிய செய்யுளையும் இந்த இலக்கணம் முதலாகக் கொண்டுள்ளது.*

3. *எழுத்து, சொல், பொருள் என்பவற்றின் இலக்கணம் உரைக்கிறது.*

இவையும் வடமொழியிலிருந்து தமிழை வேறுபடுத்த எழுதப்பட்டது போலவே உள்ளன. வடமொழி பேச்சு வழக்கை அடிப்படையாகக் கொண்டது அன்று. 'ஆனால் எங்கள் தமிழில் (பேச்சு) வழக்குதான் முதலில்' என்று பனம்பாரனார் வேறுபடுத்துகிறார். மேலும் 'உன்னிடம் எழுத்து-சொல் இலக்கணம்தான் உண்டு, எங்களிடம் பொருள் இலக்கணம் என்ற ஒன்றும் இருக்கிறது' என்ற வேறுபாட்டைச் சுட்டிக் காட்டுவதாக இது அமைகிறது.

4. *செந்தமிழ் இயற்கை சிவணிய நிலத்தை அடிப்படையாகக் கொண்டுள்ளது.*

இதைச் சொல்வதற்கு, நிலம் கடந்து, வட்டார மொழிகள் கடந்து வடமொழி ஆதிக்கம் செலுத்த வந்தது காரணமாக இருக்கலாம்.

5. *இது குற்றமற்ற பனுவல்.*

'உனது பனுவல்கள் குற்றமுடையன, எனது அப்படியல்ல' என்று சுட்டிக் காட்டுவதுபோல இது உள்ளது. இதற்குப் பல காரணங்கள் இருக்கலாம். சாதி அடிப்படையிலான வேறுபாடு நோக்குதல், பலவேறு தெய்வங்களை வழிபடுதல் போன்ற பண்பாட்டுக் காரணங்கள் இருக்கலாம். மேலும் தொல்காப்பியர் சமணர் அல்லது ஆசீவகராக இருந்திருக்கலாம் என்றால், சமய அடிப்படையில்

வடமொழியைக் குற்றம் காணவும் இடமுண்டு (இன்றும் பொதுவாகத் தமிழ்நாட்டைச் சேர்ந்தவர்கள் இந்துக்கள் என்று சொல்லப்பட்டாலும், நமது பண்பாடு வடநாட்டவரின் பண்பாட்டிலிருந்து முற்றிலும் வேறுபட்டே உள்ளது என்பது குறிப்பிடத்தக்கது.)

6. இதை அரங்கேற்றியது நிலந்தரு திருவிற் பாண்டியன் அவையத்தில். நிலந்தரு திருவிற் பாண்டியன் என்ற தொடர் பலவித அர்த்தங்களுக்கு இடம் தருகிறது.

1. இதை அந்தப் பாண்டிய மன்னனின் இயற்பெயராகக் கொள்ள முடியும்.

2. நிலம் + தரு + திருவின் பாண்டியன் என்று பிரித்து, தன்னை நாடி வருபவர்களுக்கு நிலத்தைக் கொடையாக அளிக்கின்ற பாண்டியன் என்று பொருள் கொள்ளலாம். தொல்காப்பியத்தை ஆங்கிலத்தில் மொழிபெயர்த்த கமில் சுவலபில் இப்படித் தான் பொருள்கொண்டு மொழிபெயர்க்கிறார். அல்லது நிலம் தருகின்ற வளமான செல்வத்தால் நிறைந்த பாண்டியன் என்றும் கொள்ளலாம்.

3. நிலம் + தரு + திரு + வில் பாண்டியன் என்று கொண்டால், தன் வில்லாற்றலால் நிலத்தை அடையும் சிறப்புக்கொண்ட பாண்டியன் என்று அர்த்தமாகிறது.

உண்மையான அர்த்தம் இவற்றில் எதுவாகவும் இருக்கக்கூடும்.

பிறகு இந்த இலக்கண நூலின் ஆசிரியரான தொல்காப்பியர் பற்றிச் சிலவற்றை இப் பாயிரம் சொல்கிறது.

3. அ. முந்து நூல்களை ஆராய்ந்து முறைப்படச் சிந்தித்து, புலந் தொகுத்தார் (தாம் ஆராய்ந்து பெற்ற அறிவை நூலாகத் தொகுத்தார்) இந்த இலக்கண நூலின் ஆசிரியரான தொல் காப்பியர். இதுவும் வேறுபாட்டை வலியுறுத்திக் கூறிய கூற்றாகக்கொள்ள வாய்ப்பிருக்கிறது.

ஆ. அந்தச் சமயத்தில், அறம் உரைக்கும் நாவைக் கொண்டவரும், நான்மறையை முற்றிலும் அறிந்தவருமான, அதங்கோட்டு ஆசான் என்பவருக்கு,

மயக்கமற்ற மரபினை உடைய,
எழுத்து முதலாக வருகின்ற முறைப்படி

குற்றமறத் தமிழ் இலக்கணத்தைத் தெளிவுபடுத்தினார் தொல்காப்பியர். முன்னமே கூறியபடி வடமொழிக்கும் தமிழுக்கும் உள்ள வேற்றுமைகளை வலியுறுத்திக் காட்டுவதற்கும் 'எங்கள் தமிழ்ச் சமயம் உனது சமயத்திலிருந்து வேறுபட்டது' எனச் சுட்டுவதற்கும் இந்த வடமொழியாளரை அழைத்து இந்த இலக்கணத்தை உரைத்திருக்கலாம். அறவழி வந்தவன் என்பதால் 'இவ்வேற்றுமைகளை மனம் கொண்டு வடமொழிச் சார்பினருக்கு நேர்மையாக உரைப்பாய்' என்ற பனம்பாரனார் கூறியதாகக் கருதலாம். கேட்பவன் நான்மறை அறிந்தவன் என்பதால், 'இவற்றுக்குத் தமிழில் இடமில்லை, உன் மதமும் பண்பாடும் வேறு' என வேறுபாடு உரைப்பதற்காக இருக்கலாம்.

இ. கடல்சூழ் உலகில், இந்திரனால் இயற்றப்பட்ட ஐந்திரம் என்ற இலக்கணத்தை அறிந்தவர், அல்லது ஐந்திர இலக்கண மரபில் வந்தவர் இந்த இலக்கண ஆசிரியர் (அதங்கோட்டாசான்). (இந்த இந்திரன் வேறு, தொல்காப்பியர் பின்னர் நிலக் கடவுளாகக் கூறும் இந்திரன் வேறு என்பதில் ஐயமில்லை.) அதங் கோட்டாசான் என்ற பெயர், இன்றுபோலவே அந்தக் காலத்திலும் சேர நாட்டினருக்கு வடமொழிமேல் இருந்த ஈடுபாட்டினை எடுத்துக் காட்டுவதாக நாம் நினைக்க முடியும்.

ஈ. தொல்காப்பியர் எனத் தம் பெயரை நிறுவியவர். நிறுவியது எதனால் என்ற ஐயம் இங்கு எழுகிறது. ஐந்திர இலக்கணத்தை முற்றிலும் அறிந்த மரபில் வந்ததனாலா? அல்லது தொல் காப்பியத்தை இயற்றியதனாலா? அல்லது சிலர் சொல்வது போலத் தொன்மையான காப்பியக்குடி என்பதில் வந்து அதில் புகழ்பெற்ற ஒருவரானவர் என்பதனாலா?

உ. புகழ்நிறைந்த தவக்கோலம் கொண்டவர். இதுவும் வேற்றுமை கருதிய கூற்று என்றே கொள்ளவேண்டியுள்ளது. 'நீ நான் மறையைத்தான் முற்றிலும் கற்றுள்ளாய், இவரோ தமிழறிந்த முனிவர்' (அந்தணர் என்போர் அறவோர் என்று வள்ளுவர் சொல்லியதற்கேற்ப) என வேறுபாட்டை வலியுறுத்து கிறது இந்தக் கூற்று.

சிறப்புப் பாயிரம் எழுப்பும் வினாக்கள்

இப்போது நம் கேள்விகளுக்கு வருவோம்.

1. இந்தச் சிறப்புப் பாயிரத்தை வரைந்த ஆசிரியர், தமிழ்நாட்டு எல்லைகளை வரையறுத்துச் சொல்லக் காரணம் என்ன? முன்னர்க் கூறிய நமது விடை மட்டுமே போதுமானதா என்பது கேள்வி.

2. வடமொழியை நன்கு கற்றவர் தொல்காப்பியர் என்பதைக் கூறக் காரணம் என்ன? இதுவும் வேற்றுமை கருதிய கூற்றுதானா? இந்த வேற்றுமையை அழிக்கத்தான் ஏறத்தாழ ஆயிரம் ஆண்டு பின்னர் வந்த உரையாசிரியர்கள் (வடமொழியாளர்கள் கட்டிய புராணக் கதைப்படி) இவர் அகத்தியரின் சீடர், திரண தூமாக்கினி எனப்பெயர் கொண்ட வடநாட்டவர் என்று கூறினார்களா?

3. வேற்றுமைகளை வலியுறுத்திக் காட்டும் நோக்கு இருந்தால், நூலெழுதிய ஆசிரியர் தமிழர் என்பதில் ஐயமில்லை. அவர் தமது நாட்டின் முந்து நூல்களை முறைப்படக் கற்பது இயல்பு. அது அடிப்படைத் தேவை. ஆனால் அவர் இன்னொரு கலாச்சாரத்தின், இன்னொரு மொழியின் இலக்கண மரபில் தோய்ந்தவராக இருக்க வேண்டிய அவசியம் என்ன?

4. தொல்காப்பியர் வடவர் என்ற கருத்தை ஒருகால் ஏற்றுக் கொண்டால், அந்த வடநாட்டவர் தமிழ் இலக்கணம் ஒன்று வரையக் காரணம் என்ன?

5. முன்னர்க் கூறிய இருமொழி, இரு கலாச்சார வேற்றுமைகளை வலியுறுத்தும் நோக்கு என்பது இல்லாவிட்டால், தொல் காப்பியர், தமது இலக்கண நூலை, தமிழ்க் கலாச்சாரத்துக்குச் சம்பந்தமற்ற வேறொரு கலாச்சாரத்தைச் சேர்ந்த, அந்தக் கலாச்சாரத்தின் புனித நூல்களை மட்டுமே படித்த ஒருவருக்கு மயங்கா முறையில், குற்றமற, மரபுப்படி விளக்கிச் சொல்வதன் காரணம் என்னவாக இருக்கும்? அவர் தமிழில் அதை விளக்கிச் சொல்லியிருப்பாரா, அல்லது வடமொழியிலா?

6. எழுதிய ஆசிரியர் தமது அறிவில் சிறப்பெய்தியவர் என்ற வருணனை தேவை யானது. ஆனால் முன்பு கூறிய வேற்றுமை நோக்கன்றி, அவர் தவக்கோலம் கொண்டவர், அதன் காரண மாகப் பல்புகழ் எய்தியவர் என்றெல்லாம் பாராட்டப்படக் காரணம் உண்டா?

7. படிமை என்பது தவவடிவம் என்று கொண்டால், பல்புகழ்

நிறுத்த படிமையோன் என்ற தொடர் பௌத்தம், சமணம் ஆகியவற்றின் ஆசாரியர்களை மட்டுமே குறிப்பதா?

ஆனால் இம்மாதிரிக் கேள்விகளில் ஒன்றைக்கூடத் தொல் காப்பிய உரையாசிரியர்கள் எழுப்பவில்லை. இம்மாதிரிக் கேள்விகளை எழுப்புவதற்கு மாறாக, சங்கத்தின் வரலாறு, இடைச் சங்க நூல் இது என்ற கருத்து, அகத்தியரையும் தொல்காப்பியரையும் தொடர்புபடுத்திய வடமொழிப் புராணக் கதைகள் ஆகியவற்றில் உரையாசிரியர்கள் ஈடுபடுகின்றனர். அவர்களும் நம்மைப் போலத் தொல் காப்பியருக்குக் காலத்தால் பிற்பட்டவர்களே. நாம் இரண்டாயிரம் ஆண்டு பிற்பட்டவர்கள் என்றால், அவர்கள் ஆயிரம் ஆண்டுக்குப் பிற்பட்டவர்கள்.

தொல்காப்பியம் வடமொழி மரபைப் போற்றவா, எதிர்க்கவா?

இவற்றைப் பற்றிச் சிந்திக்கும் பேராசிரியர் கி. நாச்சிமுத்து, வடவர்களின் தாக்கம் தமிழ்நாட்டில் மிகுதிப்பட்டபோது, அவர்களிடமிருந்து தமிழைக் காப்பாற்றும் நோக்கில் தொல்காப்பியர் இந்த நூலை எழுதினார் என்கிறார். ஆனால், தொல்காப்பியரே வடமொழி இலக்கண மரபை நன்கு கற்றவர் என்பதும், அவர் வடமொழியாளர் ஒருவருக்குத் தம் நூலை விளக்கிச் சொல்வதும் போன்ற செய்கைகளால், வடமொழி மரபை ஒட்டிய நூலே தொல்காப்பியம் என்று அவர் நிறுவுவதற்காக எழுதியிருக்கலாம் என்றும் சிலர் கூறியுள்ளனர். ஆனால் இது பலவீனமான காரணமாகத் தான் படுகிறது. பேராசிரியர் நாச்சிமுத்துவின் கருத்து, வடமொழிக்கும் பண்பாட்டுக்கும் தமிழ் வேறுபட்டது என்பதை வலியுறுத்த வேண்டி நிலத்தையும் தொல்காப்பியர் வரையறுத்தார் என்ற எனது கருத்துக்கு உடன்பாடாகவே உள்ளது.

கால்டுவெல்லின் நூல் வெளிவரும்வரை, வந்தபின் பல ஆண்டுகளுக்கும்கூட, தமிழ் வடமொழியிலிருந்து தோன்றிய மொழி என்ற கருத்தே இருந்துவந்தது. விண்டர்நிட்ஸ் போன்ற வரலாற்றாசிரியர்கள் அவ்வாறே கருதி எழுதியிருக்கிறார்கள். இன்றும் ஆதிக்கத்திலுள்ள வடநாட்டவர் பலரிடமும் இவ்விதக் கருத்தே நிலவுகிறது. கால்டுவெல்லின் ஒப்பிலக்கணத்தை அவர்கள் ஏற்றுக் கொள்ளத் தயாராக இல்லை. இந்தியரைப் பிரித்தாளும் ஆங்கிலச் சூழ்ச்சியின் விளைவாகப் பிறந்த நூலாகத்தான் அதைப் பார்க்கிறார்கள்.

எனவே தொல்காப்பியர் காலத்தில், வேண்டுமென்றே தமிழ் வடமொழியிலிருந்து கிளைத்த மொழி என்ற கருத்தை அவர்கள் வலியுறுத்த முனைந்திருந்தால் அதில் வியப்பில்லை.

வடநாட்டவரின் மனப்பாங்கு இவ்விதம் இருக்கிறது என்றால், தமிழகத்தைச் சுற்றியுள்ள பிற திராவிட மொழி பேசும் கல்வியாளர்களின் மனப்பாங்கு எவ்விதம் இருக்கிறது? அவர்களுக்குத் தமிழைப் பிற திராவிட மொழிகளின் தாயாக ஏற்க மனம் இல்லை. போனால் போகிறது என்று அக்கை அல்லது தங்கை அந்தஸ்து தரத் தயாராக இருக்கிறார்கள். இதற்காக வேண்டியும் (வேறு சில காரணங்கள் உள்ளன எனினும்) மூலத்திராவிட மொழி என்ற கருத்தை முன்வைக்க வேண்டிய தேவை ஏற்பட்டது.

சுற்றியுள்ள திராவிட மொழிகளுடனான இந்தப் போராட்டம் அக்காலத்திலும் நிலவியதாலேயே தமிழ் நாட்டின் எல்லைகளை வரையறுக்க வேண்டிய அவசியம் சிறப்புப் பாயிர ஆசிரியருக்கு ஏற்பட்டது போலும். இவ்விதப் போராட்டம் அரசியல் சாயத்துடன் குறைந்தது பல்லவர் காலத்திலிருந்து நீடிப்பதை நாம் அறிவோம். தொல்காப்பியம் சங்க இலக்கியத்திற்குப் பிற்பட்டது என்று கூறும் மொழியியலாளர்கள் கருத்தை ஏற்றுக்கொண்டால் தொல்காப்பியர் காலத்தில் இத்தகைய மொழி/எல்லைப் போராட்டம் மிகுதியாக நிலவியிருக்க வாய்ப்பு உண்டு.

தொல்காப்பியச் சிக்கல்கள்

தொல்காப்பியப் பாயிரத்தைப் படிக்கும்போது ஏற்படும் சிக்கல்களை இதுவரை பார்த்தோம். தொல்காப்பிய நூற்பாக்களும் இதுபோன்ற சிக்கல்களை மிகுதியாகவே தருகின்றன. பெரும்பாலான சிக்கல்கள் அவர் வடமொழிக் கருத்துகளை ஒப்பிடுவதாலும், அவற்றில் சிலவற்றை ஏற்றுக்கொள்வதாலும், தமிழ்ப்பண்பாட்டுக்குத் தொடர்பற்ற செய்திகளைச் சொல்வதாலும் ஏற்படுகின்றன. சான்றாக, ஏற்கெனவே இருந்த ஏழுவேற்றுமை என்ற அமைப்பை மாற்றி வடமொழி அஷ்ட அத்யாயீ சொல்வது போலவே எட்டு வேற்றுமை ஆக்கவேண்டிய காரணம் என்ன? தமிழ்நாட்டில் காணவே கிடைக்காத ஒட்டகம் போன்ற பிராணியைக் குறிப்பிட வேண்டிய தேவை என்ன? தமிழ்நாட்டில் இல்லாத ஆரிய நால்வருண மரபுகளை விரிவாகச் சொல்ல வேண்டிய தேவை என்ன? (இவை அந்தக் காலத்தில் தொல்காப்பியர் குறிப்பிடுமளவுக் குப் பெருவழக்கில் இருந்தனவா

என்பதும் கேள்விக்குரியது. சங்கத் தொகை நூல்களில் காணக் கிடைக்கும் செய்திகளுக்கு இவை மாறாக இருக்கின்றன. இது போன்ற காரணங்களால் மொழியியலாளர்கள் இதைக் காலத்தில் பின்னுக்குத் தள்ளுகின்றனர்.)

இம்மாதிரி விஷயங்கள், தொல்காப்பிய உரையாசிரியர்களைச் சிக்கலில் தள்ளியிருக்கின்றன. வடமொழி மரபை முற்றிலும் ஏற்கும் நிலைப்பாட்டிலிருந்து முற்றிலும் மறுக்கும் நிலைப்பாடுவரை பல பார்வைகள் நமக்குக் காணக்கிடைக்கின்றன. தொல்காப்பிய நூற்பாக்கள் பல இடைச்செருகல்கள் என்ற கருத்திற்கும் பலர் தள்ளப்படுகின்றனர். மேலும் இவை தொல்காப்பியத்தின் காலத்தைப் பற்றிய ஐயப்பாட்டையும் உருவாக்கியுள்ளன. தொல்காப்பியத்தின் அடிப்படைக் கருத்துகளை நோக்கி, அது சங்க இலக்கியத்திற்கு முற்பட்டது என்ற கருத்தைத் தமிழறிஞர்கள் பலர் கொண்டிருப்பினும், மொழியியலாளர்கள் மேற்கண்டவை போன்ற சில பகுதிகளைக் காரணம் காட்டி அது சங்கத் தொகை நூல்களுக்குப் பிற்பட்டது என்றும் கூறியுள்ளனர். இம்மாதிரிச் சிக்கல்களைத் தவிர்க்க வேண்டி கமில் சுவலபில் போன்ற அறிஞர்கள் தொல்காப்பியம் பல தளங்களைக் கொண்டுள்ளது, பல்வேறு காலங்களில் இயற்றப்பட்டது என்பது போன்ற கருத்தை முன்வைத்துள்ளனர். எல்லாவற்றுக்கும் மேலாக இது தொல்காப்பியர் ஒருவரா, பலரா போன்ற அடிப்படைச் சிக்கல்களையும் எழுப்பியுள்ளது. சான்றாக, கமில் சுவலபில் தொல்காப்பியம் பல்வேறு காலங்களில் பல அடுக்குகளாக எழுதப்பட்டது என்ற கருத்தை முன்வைக்கிறார். ஆனால் நூலில் காணப்படும் ஒருமை இதற்கு எதிராக நிற்கிறது.

6

தொல்காப்பியர் கூறும் பொருள்கோள்

எச்சவியல் நூற்பா

தொல்காப்பிய எச்சவியலில் பொருள்கோள் என்ற ஒரு பகுதி இடம்பெற்றுள்ளது. அதில் நிரல்நிறை, சுண்ணம், அடிமறி, மொழி மாற்று என்ற நான்கு வகைகள் குறிக்கப்பட்டுள்ளன. ஆனால் தொல்காப்பியர் இந்த நூற்பாவிலும், இதைத் தொடர்ந்து இவற்றைத் தனித்தனியே விளக்குவதற்கு வரும் நூற்பாக்களிலும் பொருள்கோள் என்ற சொல்லைக் கையாளவே இல்லை. இவை நான்கும் 'மொழிபுணர் இயல்பு' என்றுதான் அவர் சொல்கிறார். அதாவது சொற்கள் சேரும் இயல்பு.

ஆனால் சொல்வேறு பொருள்வேறாக-தனித்தனியே, வெவ்வேறு இடங்களில் நிற்பதற்கு வாய்ப்பு இருப்பதைத் தொல்காப்பியர் இந்த இடத்தில் சொல்கிறார். செய்யுளில் பொருள்முறைமைப் படியே சொற்கள் வரிசையாக அமைந்துவர வேண்டும் என்ற கட்டாயம் இல்லை. இதற்காகத்தான் கொண்டுகூட்டல் அல்லது அன்வயப் படுத்தல் என்ற செயல் ஏற்பட்டுள்ளது. செய்யுளில் காணும் மொழிபுணர் இயல்பைப் பொருள்கொள்வதற்கு ஏற்றவாறு மாற்றியமைப்பதுதான் கொண்டுகூட்டுதல். இது பொருள்கொள்வதில் மிக அடிப்படையான செயல், அல்லது அதன் மிகச்சிறிய பகுதி. பொருள்கோள் என்று பின்வந்தவர்கள் இதற்குப் பெயரிட்டு விட்டார்கள்போலும். இப்படித்தான் உரைகாண்பவர்களோ, பதிப்புச்செய்பவர்களோ தங்கள் கருத்துகளைத் தொல்காப்பியர் கருத்தாக ஏற்றிவிடுகிறார்கள். மேற்கண்ட மொழிபுணர் இயல்பின் வகைகள், வார்த்தையளவிலும் சில சமயங்களில் தொடரளவிலும் மேம்போக்காக அர்த்தம் காணும் முறைகளாக உள்ளன. பெரும்பாலும் சொல்விளையாட்டுகளாக நிற்கின்றன.

தொல்காப்பியர் குறிப்பிடும் பொருள்கோள்

அவ்வாறாயின் தொல்காப்பியர் உண்மையில் பொருள்கோள் பற்றிக் குறிப்பிட்டிருக்கிறாரா என்னும் கேள்வி எழுகிறது. தொல்காப்பியர் பொருள்கோள் பற்றி அறியாதவர் அல்ல. மெய்யான பொருள்கோள் முறைமை பற்றி அவர் வேறொரு இடத்தில் (மெய்ப்பாட்டியலில்) குறிப்பிடுகிறார்.

கண்ணினும் செவியினும் திண்ணிதின் உணரும்
உணர்வுடை மாந்தர்க்கு அல்லது தெரியின்
நல்நயப் பொருள்கோள் எண்ணருங் குரைத்தே

இதுதான் தொல்காப்பியர் குறிப்பிடும் பொருள்கோள்.

அணித் தன்மைகளைச் சாதாரண மக்கள் அறிந்துகொள்ள இயலுவது இல்லை என்பதால், கூர்உணர்வற்ற சாதாரண மக்களுக்குப் பொருள் கோள் இயலாது என்றே கூறிவிடுகிறார். பொருள்கொள்வதற்குக் கண்ணினும் செவியினும் திண்ணிதின் உணரும் கூருணர்வுத்தன்மை வேண்டும் என்பதும் பொருள்கோள் முறைகளுக்கு எல்லையில்லை என்பதும் தொல்காப்பியர் கருத்துகள். மேலும் அது நல்நயம் உடையது என்ற குறிப்பையும் நோக்கவேண்டும். நயம் காணுதல் அல்லது இரசனை பற்றி இங்குச் சொல்லவில்லை. பொருள்கோளே நல்நயத் தன்மை வாய்ந்தது என்பது கருத்து. பொருட்பயம் என்றும் அதைக் குறிப்பிடுகிறார். பிறிதோரிடத்திலும் தொல்காப்பியர்,

இறைச்சியில் பிறக்கும் பொருளுமார் உளவே
திறத்தியல் மருங்கின் தெரியுமோர்க்கே

என்கிறார். அதாவது திறம்பட ஆய்வுசெய்பவர்களுக்கே இறைச்சி போன்ற உள்ளுறைப் பொருள்கள் பிடிபடும் என்கிறார். தெரிதல் என்பது இங்கு தேர்ந்தெடுத்தலை மட்டுமன்று, அதற்கு அடிப்படை யான ஆய்வுத்திறத்தைக் குறிக்கிறது. திறத்தின் மருங்கின் என்று சொல்லாமல் திறத்தியல் மருங்கின் என்று சொல்வதால், பலவேறு வகையான திறங்கள்-அதாவது கவிதைக்குப் பொருள் கொள்ளும் பல்வேறு திறமான முறைகள் உள்ளன என்று அவர் குறிப்பிடுவதாகத் தோன்றுகிறது. பொருள்கோள் பற்றி நேராகத் தொல்காப்பியர் பேசுமிடங்களிலெல்லாம் வாசகனோடு தொடர்புறுத்திப் பேசுவது நினைக்கத்தக்கது.

தொல்காப்பியர் மனத்தில் கொள்ளும் பொருளதிகார வாசகன், கூருணர்வுடையவன், தேர்ந்தவன். இன்று பல்வேறு வகையான

வாசகர்களைப் பற்றிப் பேசுகிறோம். எழுத்ததிகாரம்-சொல்லதிகாரம் ஆகியவற்றில் குறிப்பிடப்படும் வாசகர்கள் கூருணர்வுடையவர்கள் அல்ல. அவர்கள் மொழியைக் கையாளும் சாதாரண மக்கள். பொருளதி காரத்தில், தொல்காப்பியர் இலக்கிய மரபுகளைப் பற்றிப் பேச முனைவதால் அதற்கேற்ற தகுதி பெற்ற வாசகர்களை அவர் குறிப்பிடவேண்டி நேர்கிறது.

இவ்விதம் எண்ணிப்பார்க்கும்போது, தொல்காப்பியம் முழுவதுமே பொருள்கோள் எப்படிச் செய்வது என்று அறிவுறுத்த எழுந்த நூலாகத் தோன்றுகிறது. எழுத்ததிகாரம் பொருள் கொள்வதற்கான அடிப்படைக் கருவிகளைச் சொல்லித் தந்து அடித்தளம் அமைத்துத் தருகிறது. சொல்லதிகாரம் சாதாரண மக்கள் தொடர்புகொள்வதற்குத் தேவையானவாறு மொழியின் பொருள் கோள் முறைகளை எடுத்துரைக்கிறது.

மக்கள் யாவர்க்கும் மொழி பொதுவானது. ஆகவே மொழிக்கான எழுத்து, சொல் ஆகிய இலக்கணங்கள் அனைவர்க்கும் பொது வானவை, அவர்கள் தொடர்புகொள்ளப் பயன்படுபவை. ஆனால் எந்த ஒரு காலத்திலும் இலக்கியத்தில் மக்கள் அனைவரும் ஆர்வம் கொண்டிருக்க மாட்டார்கள். சிலருக்கே அத்துறை உரியது. ஆகவே பொருளதிகாரம், பொருள்கோள் துறைக்கான சிறப்புப் பகுதியான இலக்கியத்தின் பொருள்கோளில் கவனம் செலுத்துகிறது. இலக்கியத்திற்கான இலக்கணத்தை வகுப்பதால், அங்குக் கூறப்படும் பொருள்கோள் முறை சொல்லதிகாரத்தில் சொல்லப்படுவதினின்றும் வேறுபடுகிறது.

அன்றாடத் தொடர்புகொள்ளலுக்கான பொருள்கோள்

இறையனார் அகப்பொருள் உரையில் அந்நூலின் தோற்றம் பற்றிய கதையை அது சொல்கிறது. பாண்டிய அரசனுக்கு எழுத்து, சொல், யாப்பு ஆகிய மூன்றிலக் கணங்களும் கிடைக்கின்றன. ஆனால் பொருளதிகாரம் கிடைக்கவில்லை. 'என்னை? எழுத்தும் சொல்லும் யாப்பும் ஆராய்வது பொருளதிகாரத்தின் பொருட்டன்றே? பொருளதிகாரம் பெறேமே எனின் இவை பெற்றும் பெற்றிலேம்' என அரசன் கவலை கொண்டதாகக் கதை செல்கிறது. ஆனால், யாப்பை ஆராய்வது பொருளுக்காக—நூலை அறிவதற்காக இருக்கலாம், எழுத்தையும் சொல்லையும் மொழியைக் கையாளும் எவரும் அறியவே வேண்டும். சாதாரண மொழிப் பயன்பாட்டினின்றும்

இலக்கிய மொழிப் பயன்பாடு வேறுபட்டது. சாதாரண மொழிப் பயன்பாட்டை மக்கள் தங்களுக்குள் தொடர்புகொள்வதற்கானது என்று கூறலாம். அதற்கான பொருள்கோள் யாவருக்கும் பொதுவானது.

இலக்கியப் பயன்பாட்டுக்கான பொருள்கோள் சற்றே வேறானது. தொல்காப்பியம் முழுவதும் இயல்களின் இறுதியிலும் வேறு சில இடங்களிலும் காணப்படும் சில நூற்பாக்களை நோக்கினாலே தொல்காப்பியம் பொருள்கோளுக்கான நூல் என்பது புலனாவது மட்டுமின்றி, அது அதைச் சொல்லும் முறையையும் தெரிந்து கொள்ளலாம். தொல்காப்பியர் மக்கள் தொடர்புகொள்வதற்கான பொருள்கோள் வேறு, இலக்கியத்திற்கான பொருள்கோள் வேறு என்ற கருத்தைக் கொண்டிருப்பதாகத் தோன்றுகிறது.

சான்றாக, தொல்காப்பிய எழுத்ததிகாரத்தில் பின்வரும் நூற்பா உள்ளது.

உணரக்கூறிய புணரியல் மருங்கின்
கண்டுசெயற்குரியவை கண்ணினர் கொளினே. *(405)*

புணரியல்கள் கூறும் கருத்துகள் சாதாரண மக்களுக்கு, மொழியைக் கையாளும் அனைவர்க்கும் உரியன. புணரியலைத் தெரிந்து கொண்டதனால் 'கண்டு செய்ய வேண்டியதை நினைந்து அதைச் செய்யவேண்டும்' என்று கூறுகிறார் தொல்காப்பியர். அதாவது அந்நூற்பாக்கள் சொல்லியவாறு மொழியைக் கையாளவேண்டும் என்பது குறிப்பாக நிற்கிறது.

வேற்றுமைப் பொருளை விரிக்கும் காலை
ஈற்று நின்று இயலும் தொகைவயின் பிரிந்து
பல்லாறாகப் பொருள் புணர்ந்திசைக்கும்
எல்லாச் சொல்லும் உரிய என்ப *(567)*

இங்கு வேற்றுமைகள் பலவாறாகப் பொருள் புணர்ந்து இசைக்கும் என்ற அடிப்படையைக் காண்கிறோம்.

பெயர்ச்சொல், வினைச்சொல், இடைச்சொல், உரிச்சொல் ஆகிய நான்கு வகைச் சொற்களையும் தனித்தனி இயல்களில் விளக்குகின்ற தொல்காப்பியர், அநேகமாக அந்த எல்லா இயல்களிலும் புறனடை நூற்பா வைக்கத் தவறவில்லை.

கிளந்த அல்ல வேறுபிற தோன்றினும்
கிளந்தவற்றியலான் உணர்ந்தனர் கொளலே *(602)*

பெயரியலின் இறுதியில் இடம்பெறும் இந்த நூற்பா, பொதுவாகப்

பெயர்ச் சொற்களுக்கு மட்டுமல்லாமல், குறிப்பாக ஆகுபெயர்களுக்கும் பொருந்தும் என்று உரையாசிரியர்கள் சுட்டிக்காட்டியுள்ளனர். இதே நூற்பா இடையியலின் இறுதியிலும் மாற்றமின்றி இடம் பெறுகிறது.

கிளந்த அல்ல வேறுபிற தோன்றினும்
கிளந்தவற்றியலான் உணர்ந்தனர் கொளினே   (இடையியல், 781)

சற்றே சொற்கள் வேறாக இருப்பினும் இதே அர்த்தத்தைக் கொண்ட நூற்பா, உரியியலின் இறுதியிலும் இடம்பெறுகிறது.

கூறிய கிளவிப் பொருள்நிலை அல்ல
வேறுபிற தோன்றினும் அவற்றொடு கொளலே   (உரியியல், 873)

இதில் தாம் எடுத்துக்காட்டிய உரிச்சொற்களுக்கு வேறு அர்த்தங்களும் வரும் என்று தொல்காப்பியர் கூறுகின்றார். அந்த இயலின் இறுதியில் அமையும் புறனடை இது.

இயன்ற மருங்கின் இனைத்தென அறியும்
வரம்பு தமக்கு இன்மையின், வழிநனி கடைப்பிடித்து
ஓம்படை ஆணையின் கிளந்தவற்றியலான்
பாங்குற உணர்தல் என்மனார் புலவர்.   (879)

சொற்களின் அர்த்தங்களுக்கு எல்லையில்லை. ஆகவே இதுவரை சொற்பொருள்களை ஓம்புவதற்குக் கூறிய ஆணைப்படி, சொன்னவற்றை வைத்துக்கொண்டு, சொல்லாதவற்றிற்கும் பொருளுணர்தல் வேண்டும் என்று புலவர்கள் சொல்வார்கள் என்று தொல்காப்பியர் எடுத்துரைக்கிறார். இதுவரை எழுத்து, சொல் அதிகாரங்களில் வந்த புறனடை நூற்பாக்கள் எடுத்துக்காட்டப்பட்டன. இவற்றில் இவை செய்யுளுக்கு அல்லது கவிதைமரபிற்கு உரியவை என்ற கருத்து காணப்படாமை குறிப்பிடத்தக்கது. ஆகவே இவை பொதுவாக மக்கள் தொடர்புகொள்ளும் பேச்சு மொழிக்கும் எழுத்து மொழிக்கும் உரியவை என்று கொள்ளப்படுகின்றன.

செய்யுளுக்கான (இலக்கிய மொழிக்கான) பொருள்கோள்

ஆனால் செய்யுளைப் பற்றிச் சிந்திக்கும்போதே, மதி, நாட்டம், உணர்தல் போன்ற சொற்கள் தொல்காப்பியருக்குத் தோன்றி விடுகின்றன. சான்றாக,

கிளந்த அல்ல செய்யுளில் திரிநவும்
வழங்கியல் மருங்கின் மருவொடு திரிநவும்

> விளம்பிய இயற்கையின் வேறுபடத் தோன்றின்
> வழங்கியல் மருங்கின் உணர்ந்தனர் ஒழுக்கல்
> நன்மதி நாட்டத்து என்மனார் புலவர். (483)

ஓர் இலக்கணப் புலவன் எல்லாச் சொற்களுக்கும் இலக்கணமோ பொருளோ சொல்லிக் கொண்டிருக்க முடியாது. அவன் எடுத்துக் காட்டாத சொற்களும், செய்யுளிலும், பேச்சுவழக்கிலும் எதில் திரிந்து வந்தாலும், அவன் சொல்லிய பண்புகளுக்கு மாறுபட்டு வந்தாலும், அதனைத் தம் கூர்அறிவுகொண்டு நாட்டத்தினால் உணர்ந்துகொள்ள வேண்டும் என்கிறார் தொல்காப்பியர்.

> செய்யுள் மருங்கினும் வழக்கியல் மருங்கினும்
> மெய்பெறக் கிளந்த கிளவி எல்லாம்
> பல்வேறு செய்தியின் நூல்நெறி பிழையாது
> சொல்வரைந்து அறியப் பிரித்தனர் காட்டல். (946)

> செய்யுள் மருங்கின் மெய்பெற நாடி
> இழைத்த இலக்கணம் பிழைத்த போல
> வருவ உள எனினும் வந்தவற்றியலான்
> திரிபின்றி முடித்தல் தெள்ளியோர் கடனே. (1499)

இந்த இரு நூற்பாக்களிலும் குறிப்பாகச் செய்யுள் மருங்கின் என்ற தொடர் இடம் பெறுவதைக் காணலாம். ஆகவே இவை கவிதை மரபுக்கு உரியவை என்பது பெறப்படும்.

இவ்விருவகைப் பொருள்கோள்களுக்குமான பொது இயல்பும் இருக்கிறது. அதாவது, எல்லாவற்றையும் முற்றிலுமாகச் சொல்லித் தீர்த்துவிட முடியாது. சாதாரண வழக்காயினும், செய்யுள் வழக்காயினும் இலக்கணத்தில் சொல்லப்பட்டவற்றிற்கு அப்பாலும் ஏராளமாக உள்ளன என்பதே அது. வாழ்க்கை என்பது இலக்கணத்தை விடப் பெரியது அல்லவா?

வாசகர்

இக்கால வாசக எதிர்வினைக் (Reader Response) கோட்பாட்டு, ஏற்புக் கோட்பாட்டு (Reception Theory) அறிஞர்கள் போலத் தொல்காப்பியரும் வாசகருக்கு மிகுந்த முக்கியத்துவம் அளிக்கிறார். உண்மையில் அர்த்தம் கொள்ளுதல், விளக்குதல், உரைகாணல் போன்ற எல்லாச் செயல்களும் வாசகர் செயல்களே. மேற்கண்ட செய்யுளுக்கான பொருள்கோள் என்ற தலைப்பில் கண்டவையே இதற்குச் சான்றுகள்.

> வழங்கியல் மருங்கின் உணர்ந்தனர் ஒழுக்கல்
> நன்மதி நாட்டத்து என்மனார் புலவர்   (புறத். 27)

என்பதும்,

> பல்வேறு செய்தியின் நூல்நெறி பிழையாது
> சொல்வரைந்து அறியப் பிரித்தனர் காட்டல்

என்பதும்,

> வந்தவற்றியலான் திரிபின்றி முடித்தல் தெள்ளியோர் கடனே

என்பதும் தேர்ந்த வாசகனின் பணிகளே ஆகும். பல்வேறு வகையான வாசகர்கள் இருப்பதாக இன்று வாசக ஏற்புக் கொள்கையில் குறிப்பிடுவார்கள். அவர்களில் ஆரம்பநிலை வாசகரிலிருந்து தேர்ந்த வாசகர் வரை பலரும் அடங்குவர். தொல்காப்பியர் மிகத் தேர்ந்த வாசகர்களையே தம் கருத்தில் கொள்கிறார்.

> உணர்ச்சி வாயில் உணர்வோர் வலித்தே   (உரியியல் 97)

பொருள் உணர்வோரின் அறிவு வலிமை இங்கு குறிப்பிடப்படுகிறது. குறிப்புப் பொருள்களை, இறைச்சி போன்றவற்றை அறிய திறமை மிக அவசியம். எனவே,

> இறைச்சியிற் பிறக்கும் பொருளுமார் உளவே
> திறத்தியல் மருங்கின் தெரியுமோர்க்கே

என்பார். அதேபோல, மெய்ப்பாடுகளை அறியவும் கண்ணினும் செவியினும் திண்ணிதின் உணரும் உணர்வு வேண்டும் என்பார். உவமைகளைச் சிறப்புற அறியவும் திறமை வேண்டும் என்பது தொல்காப்பியர் கோட்பாடு.

சரிவரத் தேர்ந்தவர்கள் ஈடுபடுவதாயின் பொருள் கொள்வதற்கு எல்லையே இல்லை என்பதும் தொல்காப்பியர் கொள்கையே.

> ஆங்ஙனம் விரிப்பின் அளவிறந்தனவே
> பாங்குற உணர்ந்தோர் பன்னுங்காலை   (செய்யுளியல் 51)

பொருள் விரிப்புக்கு எல்லையே இல்லை என்று கூறினாலும் தவறான வாசிப்பு முறைகளைத் தொல்காப்பியர் ஒப்புக்கொள்ளவில்லை. ஆசிரிய நோக்கிலிருந்து பார்த்தால், ஆசிரியன் உட்கருத்துக்கு மாறானது தவறான வாசிப்பு எனலாம். வாசக நோக்கிலிருந்து பார்த்தால் தேர்ச்சியற்ற வாசகர்கள் செய்வதைத் தவறான வாசிப்பு எனலாம். பனுவல் நோக்கிலிருந்து பார்த்தால் பனுவலின் சொற்கள் குறிக்கும் பொருளுக்கு அப்பால் செல்வதைத் தவறான வாசிப்பு எனலாம்.

ஆனால் வாசிப்புக்குத் தொல்காப்பியர் தரும் அடைமொழிகளால் (உற்றது உணரும் தெளிமருங்கு உளவே திறத்தியலான, வழிமருங்கு அறியத் தோன்றும்) தவறான வாசிப்பை அவர் ஏற்றுக்கொள்ள வில்லை என்பது தெளிவு.

நோக்கு, ஒரு வாசகச் செயல்

அண்மைக்கால ஆய்வாளர்கள், தொல்காப்பியர் குறிப்பிடும் நோக்கு என்பதில் கவனம் செலுத்துகின்றனர். ஆனால் தொல்காப்பியர் இதுபற்றித் தருவது குறிப்புதான். விரிவாக அவர் ஏதும் சொல்ல வில்லை.

> மாத்திரை முதலா அடிநிலைகாறும்
> நோக்குதற் காரணம் நோக்கெனப் படுமே.   (செய்யு. 104)

ஒரு பனுவலின் எந்தக் கூறினையும் விட்டு விடாமல் மீச்சிறு பகுதி முதலாக முழுமை வரையில் நோக்குவது நோக்கு என்பது தெரிகிறது. ஆனால் இது கவிஞர் நோக்கா, வாசகர் நோக்கா என்ற ஐயத்தை செ.வை. சண்முகம் எழுப்பி, இரண்டு வகைகளையுமே குறிக்கும் என்ற முடிவுக்கு வருகிறார்.

ஆனால் நோக்குதல் என்ற வினைச் சொல்லைக் காணும்போது இது படைப்பாளியின் செயலாகத் தோன்றவில்லை. ஒரு படைப்பினை நோக்குபவன், நோக்கி அதை நன்கு புரிந்துகொள்பவன் வாசகன். அதை விளக்குபவன் உரையாசிரியன். அதன் நிறை குறைகளை அலசுபவன் விமரிசகன்.

இவர்கள் யாவரும் படைப்பை முழுமை நிலையில், மாத்திரை யிலிருந்து அடிவரை, ஏன் முழுப் பனுவல்வரை நோக்கிக் காண்பவர்கள். தொல்காப்பியர் காலத்தில் நாம் இப்போது பயன்படுத்தும் நிறுத்தற்குறி இடுதல் முறை இருந்திருந்தால், காற்புள்ளி, அரைப்புள்ளி, எழுத்து வரிசை (ஸ்பெல்லிங்), உச்சரிப்பு, யாப்பின்படி வாசித்துப் பார்த்தல் முதலாக அனைத்து நிறுத்தக் குறிகளிலும் பிற தொடர்பான விஷயங்களிலும் கவனம் செலுத்த வேண்டும் என்று கூறியிருப்பார். ஆகவே நோக்கு என்பது வாசகர்தம் நோக்கே ஆகும். இது எழுத்தெண்ணிப் படித்தல் என்ற பழைய தமிழ் முறையை நினைவூட்டுவதோடு, கவிதையை மிக உன்னிப்பாக, ஆழமாக, நுணுகிப் பயில வேண்டும் என்ற நவ-விமரிசனக் கோட்பாட்டாளர் கொள்கையையும் உட்கொண்டுள்ளது.

மாத்திரையிலிருந்து நூல் முழுமை வரை என்று கூறியிருக்கலாமே? ஏன் அடிநிலை காறும் என்று கூறவேண்டும்? தொல்காப்பியர் காலத்தில் இன்று போல் உரைநடை பெரிய அளவில் பயன்படுத்தப்படவில்லை. செய்யுள் படைப்பில்தான் அடி என்பதற்கு இடமுண்டு. உரைநடையில் அடி கிடையாது, வரிதான் உண்டு. (உரைநடையின் பாதிப்பினால் இன்று கவிதையிலும் இத்தனையாவது வரி, இந்த வரி என்று பேசத் தொடங்கிவிட்டார்கள்.)

செய்யுளால் ஆகிய படைப்புகளைப் பற்றி மட்டுமே தொல்காப்பியர் பேசுவதால் 'அடியின் சிறப்பே பாட்டு எனப்படுமே' என்கிறார். பாட்டுக்கு அடிதான் முக்கியம்.

எனவேதான் மாத்திரை முதலா அடிநிலைகாறும் என்ற தொடர் இடம்பெறுகிறது. அவ்வாறாயின் அடிகளின் தொடர்ச்சி, அதனால் உருவாகும் கட்டமைப்பு ஆகியவற்றுக்கு முக்கியத்துவம் இல்லையா? மாத்திரை முதலா அடிகாறும் என்று குறிப்பிடாமல், அடிநிலை காறும் என்று குறிப்பிடுவது, அடிகளின் தொடர்ச்சியால் உருவாகும் கட்டமைப்புப் பொருளைக் குறிப்பதற்காகவே என்று தோன்றுகிறது.

நிலை = நில்+ ஐ. அதாவது நிற்கும் முறை, நிற்கும் இடம் யாவையும் குறிக்கும். சான்றாகச் சிற்றூர்களில் தேர் நிற்கும் இடத்தைத் 'தேர்நிலை' என்பார்கள். உரிய இடத்தை, உரிய நிற்கும் விதத்தை அது அடைந்து விட்டால் 'தேர் நிலைக்கு வந்துவிட்டது' என்பார்கள். ஆகவே தொல்காப்பியர் அடிநிலை என்று பேசுவதன் குறிப்பை நாம் உணர்ந்து கொள்ள வேண்டும். மேலும்,

எழுத்து முதலா ஈண்டிய அடியின்
குறித்த பொருளை முடிய நாட்டல்
யாப்பென மொழிப   (செய்யு. 78)

என்பதனால், அடி என்பதில் குறித்த பொருளை நாட்டுவதே யாப்பு என்ற கருத்து தொல்காப்பியருக்கு இருப்பது தெரிகிறது. யாப்பு என்பது தொல்காப்பிய அர்த்தத்தில் படைப்பு எதையும் குறிப்பதால், எவ்விதப் படைப்புக்கும் அடி என்பதே அடிப்படை. அதாவது அடி+படை, அடியை உறுதியாக நிலைநாட்டுதல் (படை என்பது பழங்காலத்தில் அஸ்திவாரம் என்னும் பொருள் கொண்டது, பள்ளிப்படை போன்ற சொற்களைக் காண்க), அடிப்படுத்துதல், அடியாகப் படைத்தல் என்ற கருத்து பெறப்படுகிறது.

தொல்காப்பியர் கூறும் நூல் பற்றிய செய்திகள்

தொல்காப்பியர் நூல் பற்றியும் பனுவல் பற்றியும் கொண்டுள்ள கருத்துகள் சிலவற்றை இங்கு நோக்கலாம். எல்லாப் பனுவல்களையும்-அவை மதம்சார்ந்த புனிதப் பனுவல்களாக இருப்பினும் வேறு பனுவல்களாக இருப்பினும் ஒன்றாகவே கருதிப் பொருள்கோள் முறைகளைக் கையாள வேண்டும் என்ற செயல்முறை மேற்கில் வளர்ந்து வந்ததை முன் இயல்களில் கண்டோம். ஆனால் தமிழகத்தில் காணப்படும் மனப்பான்மை வேறு.

வினையின் நீங்கி விளங்கிய அறிவின்
முனைவன் கண்டது முதல் நூலாகும்

அவ்வாறாயின் அதன் பொருளை அறிந்துகொள்வது மட்டுமே படிப்போர் கடமை ஆகிறது. பொருள்கோளுக்கு அடிப்படையான ஏன், எப்படி போன்ற கேள்விகளை எழுப்ப இயலாது. அதனால்தான் இவ்விதக் கேள்விகளைத் தவிர்த்தே உரைகள் எழுதப்பட்டன போலும்.

சிதைவில என்ப முதல்வன் கண்ணே

அதாவது முதல்நூல் எழுதிய முதல்வன் தவறு செய்யமாட்டான் என்பது பொருள். அவ்வாறாயின், வினையின் நீங்கி விளங்கிய அறிவின் முதல்வன் யார்? இருள்சேர் இருவினையும் சேராதவன், பொறிவாயில் ஐந்தும் அவித்தவன் இறைவனாகத்தான் இருக்க முடியும். விளங்கிய அறிவு-வாலறிவு பெற்றவனும் அவன்தான். மேலும் முதல்வன் என்று சொல்லும்போதே ஆதி பகவன் என்ற தொடர் நம் நினைவுக்கு வருகிறது. ஆக, முதல்நூலை இயற்றுபவன் இறைவன் ஒருவனே என்றாகிறது. அதில் சிதைவு வரக்காரணமே இல்லை. அப்படியானால், தொல்காப்பியர் போன்றோர், சங்க இலக்கியச் சான்றோர் எழுதியன யாவும் முதல் நூல்கள் இல்லையா? அவை வெறும் வழிநூல்கள்தானா? அல்லது (எல்லார் உள்ளத்திலும் இறைவன் இருக்கிறான் என்று சொல்வதுபோல) நல்ல நூல்கள் எழுதிய எல்லாரையுமே நாம் முதல்வன், முனைவன் என்று கொள்வதா? அவ்வாறாயின் அதில் சிதைவு என்பது எப்படி இல்லாமல் இருக்கும்? தொல்காப்பியர் கூறும் நூலாசிரியன் பற்றிய இலக்கணம் இவ்விதச் சிக்கலில் மாட்டிவிடுகிறது. அவர் கூறும் இலக்கணப்படி ஒரு நூலாசிரியனும் இருக்க இயலாது என்ற முடிவுக்கே வருகிறோம்.

நூல் என்பதற்குத் தொல்காப்பியர் தரும் வரையறை சற்றே இயல்பாக இருக்கிறது. ஆனால் அதுவும் சிக்கலுக்குரியதே.

நூல் எனப்படுவது நுவலுங்காலை
முதலும் முடிவும் மாறுகோள் இன்றித்
தொகையினும் வகையினும் பொருண்மை காட்டி
உள்நின்று அகன்ற உரையொடு புணர்ந்து
நுண்ணிதின் விளக்கல் அது அதன் பண்பே (1422)

அதாவது, நூல் என்பது,

1. முதலும் முடிவும் மாறுபடக்கூடாது.
2. தொகை-வகையால் பொருண்மைகாட்ட வேண்டும்.
3. உள்நின்று அகன்ற உரையொடு புணர்ந்திருக்க வேண்டும்.
4. நுண்ணிதின் விளக்கவேண்டும்.

முதல் இரண்டு கருதுகோள்களும் சரியானவை. அடுத்த இரண்டும் யோசிக்க வேண்டியவை.

சான்றாக, மூன்றாவது கருத்து: ஒரு நூல் தோன்றும் போதே எப்படி உரையும் தோன்றும்? யாப்பருங்கலம் போன்ற சில நூல்களில் காணப்படுவது போல, அந்தந்த நூலாசிரியரே உரை எழுதினாலும், அது பின்னால்தான் தோன்றமுடியும் அல்லவா? இதை ஒரு முன்நிபந்தனையாக நூலுக்கு எவ்வாறு கொள்ளமுடியும்? தமிழில் சைவநூல்கள் சாத்திரங்கள் பலவற்றுக்கும் உரை கிடையாது. அவ்வாறாயின் அவை நூல்கள் இல்லையா? அதுவும் சாதாரணமாக உரை என்று சொல்லாமல் 'உள் நின்று அகன்ற' உரை என்று வேறு அடைமொழி தருகிறார். அவ்வாறாயின் அவை குறிப்புரைகளாக இருக்க இயலாது. அகலவுரைகளாக (விருத்திகளாக) மட்டுமே இருக்க இயலும்.

அல்லது, இதற்கு வேறுவிதமான விளக்கம் ஏதேனும் இருக்கிறதா? நூலுக்குள்ளாகவே (உள்நின்று) அகன்ற உரைகாண்கின்ற வாய்ப்பைத் தான் இவ்வாறு தொல்காப்பியர் குறிப்பிடுகிறாரா என்பது தெரிய வில்லை.

அடுத்து, நுண்ணிதின் விளக்க வேண்டும் என்பதும் இடர்ப் பாட்டுக்குரியதுதான். நூல், நுண்ணிதின் விளக்க வேண்டுமா? அல்லது அதில் பொதிந்திருக்கும் (அப்படி நாம் கொள்வதாயின்) உள்நின்ற அகன்ற உரை, நுண்ணிதின் விளக்க வேண்டுமா? அல்லது நூலுக்குப் பின்வரும் உரைகள் (சான்றாகத், தொல்காப்பியத்திற்குப் பலநூற்றாண்டுகள் பின்வந்தவை) அந்த நூலை நுண்ணிதின் விளக்க

வேண்டுமா? மேலும் எதை விளக்கவேண்டும்? நூலாசிரியர் கூறும் உலகியற் பொருளையா? அல்லது நூலாசிரியரின் நூலையா?

முதல் இரு இயல்புகளில் நூலின் தொடக்கமும் முடிவும் மாறுபடக்கூடாது என்பது பொதுவாக ஏற்கத்தக்கது. இரண்டாம் இயல்பைப் பலரும் சுருக்கிவிடுகிறார்கள். தமிழில் தொகை–வகை, தொகுத்தல்–விரித்தல் போன்ற சொற்கள் ஆழ்ந்த பொருள் கொண்டவை. இவை இரண்டும் தர்க்க (அளவைநூல்) வழிகள். பொதுவாக தொகை என்பது synthesis என்றும், வகை அல்லது விரி என்பது analysis என்றும் கொள்ளலாம். ஒரு அடிப்படைக் கருத்து (thesis) விரிந்து பல்வேறு கருத்துகளாக மாறுவதற்கே இவைதான் அடிப்படை என்று ஹெகல் கூறியிருக்கிறார். இதைத்தான் இயங்கியல் (dialectics) என்கிறோம். மேலும், பல சமயங்களில், தொகை என்பது induction (பலவேறு செய்திகளையும் தொகுத்துக்கொண்டு பொதுவிதிக்கு வருதல்) என்பதையும், வகை என்பது deduction (ஒரு பொதுவிதியினைப் பலவேறு தனிச் சான்றுகளுக்கும் பயன்படுத்தல்) என்பதையும் குறிக்கின்றன. ஆகவே தொகையினும் வகையினும் பொருண்மை காட்டி என்று தொல்காப்பியர் நூலின் இயல்பைக் குறிப்பிடுவது மிகவும் ஆழ்ந்த பொருளை உள்ளடக்கி நிற்கிறது.

உறுப்புகள்

இன்னொரு இடத்தில், சூத்திரம்-ஓத்து-படலம்-பிண்டம் ஆகியவை நூல் உறுப்புகள் என்று குறிப்பிடுகிறார். ஓத்து, படலம், பிண்டம் போன்றவை உட்பகுதிகளைக் குறிக்கின்றன. சூத்திரம் அல்லது நூற்பா என்பது அடிப்படைச் சொல்லும் முறையைக் (mode) குறிக்கிறது. இவை இரண்டையும் எப்படி ஒருங்கே வைக்க முடியும்? உதாரணமாக 'நான் இந்த இயலை உரைநடையில் எழுதுகிறேன்' என்னும்போது இயல் என்பது நூலின் உறுப்பு. ஆனால் உரைநடை என்பது நூலின் உறுப்பாக முடியுமா? அது எழுதும் முறை அல்லவா?

எல்லாவகை நூல்களும் சூத்திரங்களால்தாம் இயற்றப்பட வேண்டும் என்று ஏதேனும் நிபந்தனை இருக்கிறதா? பழங்காலத்தில் இலக்கண நூல்கள், மருத்துவ நூல்கள், பிற அறிவுசார் நூல்கள் மட்டுமே இவ்விதம் இயற்றப்பட்டிருக்க முடியும். அவ்வாறாயின் தொல்காப்பியர் கூறும் நூல் என்பது அறிவுநூல்களையும் இலக்கணங்களையும் மட்டுமே குறிக்கிறது, இலக்கியத்தில் செய்யுள் வகையைப் பா அல்லது பாட்டு என்று குறிப்பிட்டுவிட்டு, உரைநடை என்று

பிறவற்றைக் குறிக்கிறார் எனத் தெரிகிறது. நூல் என்பது அறிவு நூல்களைக் குறிக்கும் சொல்லாகவே உள்ளது.

உரை, நான்கு வகை என்று குறிப்பிட்டு, பிசி-முதுமொழி-மந்திரம்-குறிப்புமொழி என்று அவற்றைச் சொல்கிறார் தொல்காப்பியர். காண்டிகையைப் பற்றிச் சொல்லுமிடம் போன்ற வற்றில் அர்த்தம் விளக்குவதற்காக ஏற்பட்ட 'உரை' என்பதையும் தொல்காப்பியர் குறிப்பிடுகிறார். அகப்பொருள் உரை, 'பேராசிரியர் உரை' போன்றவற்றில் இந்த அர்த்தத்தில்தான் இச்சொல் பயன் படுத்தப்படுகிறது. உரை = விளக்கவுரை, அர்த்தம் தருதல் என்பது ஒன்று. இன்னொரு வகையான பயன்பாட்டிற்கு, தொல்காப்பியரே 'உரைவகை நடையே' என்று சொல்லியது போன்று, நடை என்பதற்கு அடை கொடுத்து இன்று உரைநடை என்று பயன் படுத்துகிறோம். உரை என்ற சொல்லுக்கு நாம் பயன்படுத்தும் இரண்டு வகை அர்த்தங்களும் தொல்காப்பியர் காலத்திலேயே உருவாகிவிட்டன என்பதை இது காட்டுகிறது.

யாப்பு (படைப்பு/எழுத்து)

நாம் இன்று படைப்பு அல்லது எழுத்து என்று பொதுவாக வழங்குவதைத் தொல்காப்பியர் யாப்பு என்கிறார். எழுதப்பட்ட யாவும் யாப்பு என்பதில் அடங்கும். (யாத்தல்-கட்டுதல், ஒரு கட்டமைப்புக்குள் கொண்டுவந்து அமைத்தல்). முன்பு காட்டிய செய்யுளியல் 78ஆம் சூத்திரத்தின்படி, யாப்பின் இலக்கணம் பெறப்படும். அது ஏழு வகை.

  பாட்டு உரை நூலே வாய்மொழி பிசியே
  அங்கதம் முதுசொல்லொடு அவ்வேழ் நிலத்தும்...
  யாப்பின் வழியது என்மனார் புலவர்   (செய்யு. 79)

இந்த ஏழையும் அக்காலப் படைப்பு வகைகள் என்று கொள்ள முடியுமா?

அடுத்த நூற்பா அவ்வாறு கொள்வதில் சிக்கலை ஏற்படுத்துகிறது. யாப்பில் வருபவை ஏழு என்று சொல்லிவிட்டு, மரபேதானும் யாப்பு வழிப்பட்டன்று என்கிறார்.

பாட்டு, உரை, நூல் போன்றவை யாப்பில் அமையும் என்றால் புரிகிறது. மரபு, யாப்பில் அமைகிறது என்றால் என்ன அர்த்தம்? அவ்வாறாயின் மரபு என்பதும் ஒரு படைப்பு வகையா?

யாப்பின் வகைகள்

1. பாட்டு = இலக்கியம் (அக்காலத்தில் இலக்கியம் உரைநடையில் படைக்கப்படவில்லை).

2. உரை = உரை நூல்கள் (நச்சினார்க்கினியர் உரை, சேனாவரையர் உரை போன்றவை).

3. நூல் = அறிவுநூல்கள், இலக்கண நூல்கள், பலதுறை சார்ந்த நூல்கள்

4. வாய்மொழி = நாட்டார் வழக்கு. ஆனால் பின்னர் ஒரு நூற்பாவில் இதை மந்திரம் என்று சுருக்கிவிடுகிறார் தொல்காப்பியர்.

5. பிசி—பொருள் தெரியவில்லை. பண்ணத்தி பிசி போன்றது என்று பின்னால் வருகிறது. ஆனால் பிசி என்பது ஒப்பொடு புணர்ந்த உவமத்தால் வருவது, தோன்றுவது கிளந்த துணிவால் வருவது என்பதை நோக்கும்போது இது படைப்புதானா என்ற கேள்வி எழுகிறது.

6. அங்கதம் என்பதை இன்று சடையர் (satire) என்று கொள்ளலாம் என்றாலும், அதைப் பேச்சு மொழியில், குறிப்பாகச் செவிலியின் பேச்சு மொழியில் அடங்கிய குறிப்புச் செய்தி என்று கூறிவிடுகிறார்.

7. முதுசொல் = பழமொழி என்று அர்த்தம் கொண்டு, இதை நாட்டார் இலக்கிய வகைகளிலோ, எழுத்து இலக்கிய வகைகளிலோ அடக்க முடியுமா? இதைக் கருதும்போது முதுமொழிக் காஞ்சி, பொருண்மொழிக் காஞ்சி போன்றவை நினைவுக்கு வருகின்றன.

ஆறாவதான அங்கதம் அணிகளில் முக்கியமானது. வெண்பாவில் அமைவது அங்கதப் பாட்டு எனக்கூறி, செம்பொருள் அங்கதம், பழிகரப்பு அங்கதம் என்று இரண்டாகப் பிரிக்கிறார்.

பிறகு செவியுறை என்பதை அங்கதத்துடன் முரண்படுத்துகிறார். வசையோடும் நசையோடும் புணர்ந்தது என்றால் அங்கதச் செய்யுள்.

மறுபடியும் ஓர் ஆறு

எழுநிலத் தெழுந்த செய்யுள் தெரியின் அடிவரை இல்லன ஆறென மொழிப என்கிறார். பாட்டு மட்டுமே அடிவரையறை கொண்டது.

முன்பே கண்டது போல நூல், உரை, பிசி, முதுமொழி, மந்திரம், கூற்றிடை வைத்த குறிப்பு ஆகியவை அடிவரையறை அற்றவை.

முன் குறிப்பிட்ட ஏழு வகைகளுடன் இவற்றை ஒப்பிடும்போது, பாட்டுக்கு அடி வரையறை உண்டு என்பதால் இங்கு வரவில்லை. பிற ஆறில், வாய்மொழி அங்கதம் இங்கு இடம் பெறவில்லை. பதிலாக, மந்திரம், கூற்றிடை வைத்த குறிப்பு என்பன உள்ளன. வாய்மொழி = மறைமொழி, மந்திரம். கூற்றிடை வைத்த குறிப்பு = அங்கதம் என்று சமப்படுத்தி நோக்க முடியும். குறிப்பு என்பது கூற்றாகத்தான் வரும். அதனால் தொல்காப்பியர் கூறும் குறிப்பு என்பதைப் பாட்டு, குறிப்பாக அகப்பாடல்கள் என்பதுடன் மட்டுமே சேர்த்து நோக்க வேண்டியுள்ளது. ஆனால் ஒரே சொல்லைத் தொல்காப்பியர் வெவ்வேறு இடங்களில் வெவ்வேறு அர்த்தங்களில் கையாளுகிறார் என்பதை மனத்தில் வைக்க வேண்டும்.

7

தொல்காப்பியரின் பொருள்கோள் அமைப்பு

தொல்காப்பியர் மரபு என்பதற்கு முக்கியத்துவம் கொடுப்பவர். மரபு என்பதை வழக்கு, வழங்கியல் என்று அவர் கையாளுகின்றார். வழக்கு என்பதை யாவரும் பேச்சுவழக்கு அல்லது பேச்சுமொழி என்று பெரும்பாலும் பொருள்கொள்கின்றனர். வழக்கு என்பது பேச்சு மட்டுமல்ல, வழக்காற்றையும் (custom) குறிக்கும். வழக்கும் செய்யுளும் ஆயிரு முதலின் என்று தொல்காப்பியர் குறிப்பிடுவது, வழக்காற்றின் வழியாக வருகின்ற செய்யுள் யாப்பு முறைகள், பேச்சு வழக்கு, கவிதை மரபுகள், இவற்றிற்குப் பின்புலமாக இருக்கும் தமிழ்ப் பண்பாடு ஆகிய அனைத்தையுமே. அதனால்தான் வழக்காற்றின்வழி வருகின்ற பிசி, அங்கதம், முதுசொல், பண்ணத்தி போன்ற யாப்பு வகைகளையும் அவர் குறிப்பிடுகிறார். அதேசமயம், புதுமையை ஏற்கவும் தவறவில்லை. விருந்து என்பது வெறுமனே புதுமை மட்டுமல்ல, 'மோஸ்தர்' (ஃபேஷன்) என்பதையும் குறிக்கிறது. அதாவது அக்காலப் பகுதியில், எல்லாருமே மோஸ்தராகக் கையாண்ட யாப்புகள், கவிதைப் பொருள்கள், வெளிப்படுத்தும் உத்திகள் முதலிய யாவற்றையும் இந்தச் சொல் குறிக்கும்.

தொல்காப்பியர் கையாளும் நேர்க்காட்சிமுறை (Positivism)

நேர்க்காட்சி முறை என்பது இயற்கை அறிவியல்களில் அறிவியல் ரீதியாகவும், சமூக அறிவியல்களில் தர்க்க முறைப்படியும் மெய்ம்மை களைக் காணும் முறைமை. தான் கண்டவற்றை உறுதியாக வலியுறுத்துவது நேர்க்காட்சி முறையில் வழக்கமானது. அறிவியல் முறை, ஆய்வு முறை போன்றவை யாவும் கண்ட சான்றுகளின் அடிப்படையில் ஒரு கொள்கையை நோக்கிச் செல்வன ஆகும். நேர்க்காட்சிவாதம் பகுத்தறிவு வாதத்தின் அடிப்படையில் செயல்படுவது.

தொல்காப்பியம் ஓர் ஆய்வேட்டின் முறைப்படி அமைந்திருக்கிறது. நூலின் கருதுகோள், எல்லை, நோக்கம், பயன் ஆகிய எல்லாவற்றையும் முறைப்படி முதலிலேயே சிறப்புப் பாயிரம் குறிப்பிடுகிறது. பிறகுதான் நூலுக்குள் நாம் செல்கிறோம். நூலும் முறைப்படியான அதிகாரப் பகுப்பு, இயல் பகுப்பு ஆகியவற்றைக் கொண்டுள்ளது என்பதை நாம் விளக்கத் தேவையில்லை.

ஆனால் நேர்க்காட்சி முறையைப் பயன்படுத்த அந்த மொழியும் பெருமளவில் பகுத்தறிவுரீதியான அமைப்பைக் கொண்டதாக இருக்க வேண்டும். பெரும்பாலும் அறிவியல் நோக்கில் ஒலியமைப்பும் தொடரமைப்பும் அமைந்த மொழிகளுக்குத்தான் இவ்விதம் பயன்படுத்த முடியும். எவ்வித அறிவியல் அடிப்படையும் இல்லாத ஒலியியலையும் தொடரமைப்பையும் கொண்ட சமஸ்கிருதம் போன்ற மொழிகளில் நேர்க்காட்சிவாத அடிப்படையைப் பயன்படுத்த முடியாது. சான்றாக, தமிழில் ஒன்றன்பால், பலவின்பால்தான் உண்டு. மாடாயிருந்தாலும் வண்டியாக இருந்தாலும் எல்லாம் அது என்றுதான் சொல்கிறோம். எண்ணிக்கையில பல ஆயின் ‘அவை’ என்கிறோம். வினைவிகுதிகளும் அதற்கேற்பவே அமைகின்றன.

ஆனால் பெண்ணைக் குறிக்கும் சொற்களிலேயே ஒன்றை ஆண்பால் என்றும், ஒன்றை நபும்சகப் பால் என்றும் ஒன்றைப் பெண்பால் என்றும் சொல்லும் சமஸ்கிருதத்தில் அறிவியல் முறைமை என்பது அறவே கிடையாது. அதேபோல்தான் வண்டி என்றால் பெண்பால், அதை இயக்கும் கருவி என்றால் ஆண்பால், வகுப்பு என்றால் ஆண்பால், மரம் என்றால் ஆண்பால் என்றெல்லாம் எவ்விதத் தர்க்கமும் இன்றிப் பல மொழிகள் அமைந்துள்ளன. இவற்றில் எவ்விதம் நேர்க்காட்சிவாத நோக்கினைப் பயன்படுத்த முடியும்?

எனவே தமிழின் அறிவியல்பூர்வத் தன்மையை நுணுகி நோக்கிக் கண்டறிந்து அதை ஆராய்வதற்கும் பகுத்தறிவுபூர்வமான நேர்க்காட்சி வாத முறையியலைத் தொல்காப்பியர் சிறப்பாகப் பயன்படுத்தி யுள்ளார் என்று உறுதியாகக் கூறமுடியும்.

கிடைக்கும் தொல்காப்பியப் பகுதியை வைத்துப் பார்க்கும்போது தொல்காப்பியர் மிகப்பெரிய பகுத்தறிவுவாதி-அறிவியல்நோக்கிலும் அதன் உறுதிப்பாட்டிலும் அதீத நம்பிக்கை வைத்தவர் என்று தோன்றுகிறது. தொல்காப்பியர் ஒரு பகுத்தறிவுவாதி என்று சொல்லக் காரணங்கள்:

1. தொல்காப்பியம் ஆய்வேட்டின் வடிவில் அமைந்திருக்கிறது என்று முன்பு சொல்லப்பட்டது.

ஆய்வேடுகள் நேர்க்காட்சிவாத நோக்கில்தான் அமைய முடியும். அதாவது சொல்ல வந்ததை அறிவியல் நோக்கில், கருதுகோளை ஆதாரங்களோடு நிரூபிக்கும் அல்லது மறுக்கும் விதமாகவே அமையமுடியும். தொல்காப்பியம் இவ்விதமே அமைந்திருக்கிறது, ஆகவே அது நேர்க்காட்சிவாத அமைப்பாகிறது.

2.. தமிழில் ஏகாரம் உறுதிப்பாட்டைக் குறிக்கிறது.

அது என்று சொல்வதற்கும் அதுதான் என்று சொல்வதற்கும் அதேதான் என்று சொல்வதற்கும், இது என்று சொல்வதற்கும் இதுவே என்று சொல்வதற்கும் உள்ள வேறுபாட்டை கவனியுங்கள். இதனால் ஏகாரம் இன்றைய தொலைக்காட்சி விளம்பரங்களில் மிகுதியாகப் பயன்படும் விகுதியாக உள்ளது. உதாரணமாக 'இது தரும் மென்மையான சருமம்' என்று தொலைக்காட்சி விளம்பரத்தில் சொல்லமாட்டார்கள். 'இது தருமே மென்மையான சருமம்' என்பது தான் தொலைக்காட்சி மொழி. அதாவது தங்கள் விளம்பரப் பொருளின் உறுதியான பயன்பாட்டை நிலைநிறுத்துகிறார்களாம்!

தொல்காப்பியத்தின் கூற்றுகள் பெரும்பாலும் ஏகாரத்தில் முடிபவை. உறுதிப்பாட்டை வலியுறுத்தும் ஏகார இறுதி சூத்திரத்தின் இயல்பா, தொல்காப்பியர் கையாளும் முறையா? சூத்திர யாப்பு அல்லது ஆசிரிய யாப்பின் இயல்பு என்றும் காரணம் கூறலாம். ஆனால் அதைத் தொல்காப்பியர் தேர்ந்தெடுத்தற்குக் காரணம் என்ன? ஏகாரத்தில் முடிப்பதன் வாயிலாகத் தமது கூற்றுகளை இவை மெய்யானவை என்ற உறுதிப்பாட்டில் தொல்காப்பியர் நிறுத்த வேண்டியே இவ்வாறு கையாளுகிறார் என்று கூறலாம். மேலும் ஏகார இறுதி இல்லாத இடத்தில்கூட 'வேண்டும்' 'நிலையும்' போன்ற சொற்களால் வலியுறுத்துகிறார்.

தமிழின் அடிப்படையான நால்வகைப் பாக்களில், வெண்பா நேர்க்காட்சிவாத முறைக்கு மிகவும் உதவக்கூடியது. அதனால் நீதிநூல்கள் வெண்பா யாப்பிலேயே இயற்றப்பட்டன. பிற பாக்கள் இவ்விதம் அமைபவை அல்ல. ஆனால் வெண்பா யாப்பையும் நேர்க்காட்சிவாத அமைப்பை மீறிப் பயன்படுத்த முடியும் என்று திருக்குறள், முத்தொள்ளாயிர, நந்திக் கலம்பக, நளவெண்பா ஆசிரியர்கள் நிரூபித்துள்ளனர்.

3. தொல்காப்பியரைப் பாராட்டும்போது பனம்பாரனார் பாயிரக் கூற்றும் அதே உறுதிப்பாட்டு அமைப்பைக் கையாளுகிறது.

முந்துநூல் கண்டு முறைப்பட எண்ணிப் புலம் தொகுத்தவர் தொல் காப்பியர். அரில்தபத் தெரிந்து அதை அவையில் உரைத்தவர். அரில்தபத் தெரிந்து என்றால் குற்றமற அறிந்து என்று பொருள். முறைப்பட எண்ணி என்றால் ஆராய்ச்சிக்கு ஏற்ற முறையியல் (மெதடாலஜி) என்று சொல்கிறோம் அல்லவா, அதுபோன்ற ஒழுங்கான முறைப்படி (சிஸ்டமேடிக்) நினைத்து நூலைத் தொகுத்து அமைத்தவர்.

4. தொல்காப்பியர் கையாளும் தொடர் அமைப்புகள்.

பின்வரும் தொடரைப் பாருங்கள்:

உணரக்கூறின் முன்னர்த்தோன்றும்.
மெய்பெறத் தோன்றும்
தேரும்காலை மொழிவயினான
புகர் அறத் தெளிந்த அஃறிணை மேன
திறப்படத் தெரியும் காட்சியான
அகத்தெழு வளியிசை அரில்தப நாடி
ஒத்ததென்ப உணருமோரே
மெய்ம்மையாக அகரம் மிகுமே (நிச்சயமாக, உறுதியாக)
மெய்பெறக் கிளந்த கிளவி

இவை யாவும் தொல்காப்பியருக்குத் தமது கூற்றுகளில் உள்ள உறுதிப்பாட்டைக் காட்டுகின்றன. 'தக்கவழி அறிதல் வழக்கத்தான' என்ற தொடரைப் பாருங்கள். தகுந்த முறை என்று ஒன்று உள்ளது, அதை அறிவதுதான் வழக்கம் என்று வழக்காறாக்குகிறார் தொல்காப்பியர். 'தொல்லியல் மருங்கின் மரீஇய பண்பே', நூல்நெறி பிழையாது' என்று பழமையைப் போற்றுவார். சில இடங்களில் சில அமைப்புகளைப் பாராட்டவும் செய்வார். சான்றாக, 'அவ்வியல் நிலையல் செவ்விதென்ப', 'செவ்விதென்ப சிறந்திசினோரே' என்ற முடிவுகளைப் பாருங்கள்.

5. 'ஆகும்' 'வேண்டும்' போன்ற சொற்களை நேர்முக, உடன்பாட்டுக் கூற்றுக்குப் பயன்படுத்துகிறார்.

'நிறையும் அளவும் வரூஉம் காலையும் குறையாதாகும் இன்னென் சாரியை.' 'கெடுதல் வேண்டும்' போன்ற தொடர்களைக் காணுங்கள். எதிர்மறையில் 'இல்லை', 'அல்ல' என்ற சொற்களை திட்டவட்டமாகக்

கூறப் பயன்படுத்துகிறார். சில இடங்களில் 'புரைவது அன்றால்', 'வழாஅல் ஓம்பல்' போன்ற தொடர்களையும் பயன்படுத்துகிறார்.

6. தொல்காப்பியத்தின் சில சொல்லாட்சிகளை முன்பே எடுத்துக் காட்டியிருக்கிறார்கள்.

என்ப, என்மனார், என்மனார் புலவர் என்பது போன்று முன்னோர் கூற்றுகளைத் தொல்காப்பியர் மிகுதியாகப் பயன்படுத்தியிருக்கிறார், ஆகவே மரபுக்கு முதன்மை தந்திருக்கிறார் என்ற செய்தி வலியுறுத்தப் பட்டுள்ளது (இவற்றுள் மொழிப என்ற சொல்தான் அதிகம் கையாளப் பட்டுள்ளது).

அடுத்து, முன்னோர் கூற்றுக்கும் தம் கூற்றுக்கும் வேறுபாட்டை எடுத்துக்காட்டி வலியுறுத்துவதில் தொல்காப்பியர் வல்லவர் என்பது. உதாரணமாக, வேற்றுமையியலின் முதலிரு நூற்பாக்களைப் பாருங்கள்.

வேற்றுமைதாமே ஏழென மொழிப

இதில் மொழிப என்பது இது மரபுவழியாக வருகின்ற அமைப்பு என்பதையும், தாமே என்ற வலியுறுத்தல் சொல், அதைத் தொல்காப்பியர் உறுதியாக ஏற்றுக்கொள்கிறார் என்பதையும் காட்டுகின்றன. தொல்காப்பியர் மாற்றும்வரை தமிழில் ஏழு வேற்றுமைகளே இருந்தன என்பதையும் இந்த நூற்பா சுட்டிக்காட்டுகிறது. மேலும், பொதுவாக 'மொழிப' என்ற சொல், பேச்சுவழக்கில் இருப்பதை ஏற்றுக் கொள்வதைக் காட்டுகிறது. 'வரையார்' என்பதும் அது போன்றதே.

விளிகொள்வதன்கண் விளியோடு எட்டே

இந்த நூற்பா, முன்னதை (ஏழு வேற்றுமை என்பதை) நான் ஏற்றுக்கொள்கிறேன், ஆனால் அத்துடன் இன்னொன்றை என் கோட்பாடாகச் சேர்க்கப்போகிறேன் என்ற விஷயத்தைக் காட்டுகிறது. விளி என்பதை வேற்றுமையாக ஏற்றுக்கொள்ளும் போது தமிழில் எட்டு வேற்றுமையாகிறது என்பதை, வழக்கம் போல ஏகார வலியுறுத்தலுடன் சொல்கிறார். முதல் நூற்பா முன்னோர் வழக்கிலிருந்த அமைப்பையும், அடுத்த நூற்பா தொல்காப்பியர் புதிதாக உருவாக்கப் போகும் அமைப்பையும் காட்டுகின்றன.

7. சில இடங்களில்-ஒப்புநோக்கில் இவை குறைவு—நேர்முகமாகவும் எதிர்மறையிலும் 'போனால் போகிறது, ஒப்புக்கொள்ளலாம்' என்று ஆதரவு தரும் கூற்றுகளாக அமைகின்றன.

'வரையார்' (நீக்கமாட்டார்கள், தவிர்க்கமாட்டார்கள்) '+ உம் உரித்தே'

(அப்படியும் இருக்கலாம் என்ற விஷயம்) என்பவை இது போன்றவை, 'உரித்தே' என்பது தொல்காப்பியத்தில் அபூர்வமாகவே வரும் தொடர். செய்யுளுள் உரித்தே, நீடலும் உரித்தே, நிலையலும் உரித்தே, இயல்பும் ஆர் உளவே ஆகிய தொடர்களைப் பாருங்கள்.

'மானம் இல்லை' (குற்றமில்லை—உதாரணமாக, வல்லெழுத்து மிகினும் மானம் இல்லை, தம் இயல் கிளப்பின் எல்லா எழுத்தும் மெய்ந்நிலை மயக்கம் மானம் இல்லை).

'புகர் இன்று' என்மனார் புலமையோரே
'கடி நிலை இல்ல' ஆசிரியர்க்கே

போன்ற தொடர்களைப் பாருங்கள்.

8. தொல்காப்பியர் சரியான மரபை மிகவும் போற்றுபவர். அதனால்தான் அவர் பகுத்தறிவுவாதியாகவும் இருக்கிறார்.

இதுவரை காட்டிய சான்றுகளே அதை நிரூபிக்கப் போதுமானவை.

இருதிணை ஐம்பால் வழாஅமைத்
திரிபில் சொல்லொடு தழாஅல்

வேண்டும் என்றும்,

மரபுநிலை திரிதல் செய்யுட்கில்லை,
மரபுவழிப்பட்ட சொல்லினான

என்றும் மரபை வலியுறுத்திக் காட்டுகிறார். செய்யுட் சொற்களின் வகைகளில் திரிசொல் என்ற ஒன்றைத் தொல்காப்பியர் குறிப்பிடுகிறார். திரிசொல் என்பது கடினமான சொல் (காலத்தாலும் இடத்தாலும் திரிந்துவிட்ட சொல், சில நேரங்களில் திரிக்கப்பட்ட சொல்லாகவும் இருக்கலாம். அதுதான் திரிசொல்). ஒரே சொல்லுக்குப் பல பொருள் இருக்கலாம்; பல சொற்களுக்கு ஒரே பொருள் இருக்கலாம். ஒரு சொல்லுக்கு ஒரு பொருள் என்ற பகுத்தறிவுவாத விதி இங்கும் தகர்க்கப்படுகிறது.

கிளந்த அல்ல வேறு பிற தோன்றினும்
கிளந்தவற்று இயலான் உணர்ந்தனர் கொளினே

இதுவும் மிக முக்கியமான நூற்பா. ஒரு பனுவலில் கூறப்பட்ட வற்றைவிட வேறு அர்த்தங்கள் தோன்றும் என்பதைத் தொல்காப்பியர் அந்தக் காலத்திலேயே ஒப்புக்கொண்டிருக்கிறார்.

பயிலாதவற்றைப் பயின்றவை சார்த்தி,

தத்தம் மரபின் சென்று நிலை மருங்கின்
எச் சொல்லாயினும் பொருள் வேறு கிளத்தல்.

இதுவும் மேற்கூறிய விதியின் தொடர்ச்சிதான்.

இயன்ற மருங்கின் இனைத்தென அறியும்
வரம்பு தமக்கு இன்மையின் வழிநனி கடைப்பிடித்து
ஓம்படை ஆணையின் கிளந்தவற்றியலான்
பாங்குற உணர்தல் என்மனார் புலவர்

இதுதான் நாம் தொல்காப்பியரைப் பகுத்தறிவுவாதி என்று கூறக் காரணம். ஓம்படை ஆணையால் உணரவேண்டும் என்று விதிப்பது பகுத்தறிவுவாதமே ஆகும்.

1. கருத்துகளை எளிதில் நினைவில் வைப்பதற்கெனத் தொல்காப்பியர் சில அமைப்புகளைக் கையாளுகிறார்.

சான்றாக, தொழிற்பெயர் எல்லாம் தொழிற்பெயர் இயல (306), (327), (376), (401) என்ற நூற்பா எழுத்ததிகாரத்தில் நான்கு முறை வருகிறது. வரும் இடத்தைச் சார்த்தி நாம் பொருள் கொள்ளவேண்டும். ஆகார இறுதிக்கான விதி கூறிய பிறகு,

ஊகார இறுதி ஆகார இயற்றே
ஏகார இறுதி ஊகார இயற்றே
ஓகார இறுதி ஏகார இயற்றே

என்று சொல்லிச் செல்வதைப் பாருங்கள். ஊகார இறுதி, ஏகார இறுதி, ஓகார இறுதி எல்லாமே ஆகார இயற்றே என்று சொல்லி விடலாம். ஆனால் அப்படிக் கூறினால் பிற நினைவில் நிற்கமாட்டா. அதனால் இந்தச் சங்கிலித் தொடர்முறை. இதேபோல,

உதிமரக்கிளவி மெல்லெழுத்து மிகுமே
ஒடுமரக்கிளவி உதிமர இயற்றே
சே என் மரப்பெயர் ஒடுமர இயற்றே

என்ற சங்கிலித்தொடரையும் பாருங்கள். கொஞ்சம் வித்தியாசமான சங்கிலித் தொடர்களும் உண்டு.

ஐ என் இறுதி அரை வரைந்து கெடுமே
மெய் அவண் ஒழிய என்மனார் புலவர்

என்று கூறிவிட்டு,

ஆணும் பெண்ணும் அஃறிணை இயற்கை
ஆண்மரக்கிளவி அரைமர இயற்றே

> எகின்மரமாயின் ஆண்மர இயற்றே

என்று தொடராகக் கையாளுவார்.

2. நினைவில் வைப்பதற்காகக் கையாளுகின்ற அமைப்புமுறை என்பது நம்மை அணிசார் அமைப்புகளுக்குள் கொண்டு செல்கிறது. தொல்காப்பியர் சில முரண்கூற்று உத்திகளைக் கையாளுவதைச் சில நூற்பாக்களில் காணலாம்.

> இருள் என் கிளவி வெயில் இயல் நிலையும்
> இயற்கையவாகும் செயற்கைய என்ப.
> எஞ்சிய எல்லாம் எஞ்சுதல் இலவே

முன்னது இரண்டிலும் முரண் அமைப்பும் மூன்றாவதில் இணை அமைப்பும் உள்ளன.

மொத்த நூற்பாக்களிலும் முரண் அமைப்பும் உண்டு. உதாரணமாக, வல்லெழுத்து மிகினும் மானம் இல்லை என்ற நூற்பாவும் தொல்காப்பியத்தில் உண்டு, மெல்லெழுத்து மிகினும் மானம் இல்லை என்பதும் உண்டு. ஒத்த பொருள்களை இணைப்பதும் உண்டு. சான்றாக,

> மழை என் கிளவி வளியியல் நிலையும்

போன்ற நூற்பாக்களைக் காணலாம். சில சமயங்களில் அவர் கையாளும் தொடர்கள் சிலேடையாக அமைந்து சிரிக்கவும் வைக்கும்.

> உயர்திணையாயின் நம்மிடை வருமே

இது சொல்லமைப்புக்கென வரும் கூற்று ஆயினும், 'உயர்திணை (மக்கள்) என்றால் நமக்குள் குறுக்கிடுவார்கள், அஃறிணை என்றால் அவ்விதம் குறுக்கிடாது' என்று வேறொரு பொருள் தோன்றுவதையும் பார்க்கலாம்.

நேர்க்காட்சி நோக்கின் தகர்ப்பு

இதுவரை தொல்காப்பியர் பகுத்தறிவு நெறியைப் போற்றுபவர் என்பதற்கான ஆதாரங்களைப் பார்த்தோம். ஆனால் மொழி தன்னிச்சையாகச் செயல்படக்கூடியது. எனவே அவரை மீறியும் அவரது பகுத்தறிவுவாதத்தை மொழி குலைத்துவிடுகிறது. உதாரணமாக, மிக அபூர்வமான தொடர், 'ஓர் அன்ன' என்பது. எழுத்து ஓர் அன்ன' எழுத்து மாதிரி வைத்துக்கொள்ளலாம்.' இந்த மாதிரித் தொடர்கள் உறுதிப்பாட்டைக் குலைப்பவை.

கூறிய கிளவிப் பொருள்நிலை அல்ல
வேறு பிற தோன்றினும் அவற்றொடு கொளலே.
முன்னத்தின் உணரும் கிளவியும் உளவே
இன்ன என்னும் சொல்முறையான.

இந்த நூற்பாக்கள் அனைத்திலும், மொழிக்கு வரம்பில்லை, எனவே மரபினாலும், வேறு வழிகளாலும் அவ்வவற்றிற்கேற்ற அர்த்தங்களைக் காணவேண்டும் என்று தொல்காப்பியர் வலியுறுத்துகிறார். ஆக தொல்காப்பியரின் இந்தச் செய்கையில் பகுத்தறிவுவாத அடிப்படை தகர்ந்துபோகிறது.

தொல்காப்பியர் பேசுவது மொழியைப் பற்றி. மொழி நேர்க்காட்சி வாத அமைப்புக்குள் அடங்குவது அன்று. அதாவது தர்க்கரீதியான அமைப்பு என்பதற்குள் முழுவதும் வருவதன்று. ஏனென்றால் மொழி தன்னிச்சையானது. தர்க்கரீதியாகப் பல அமைப்புகள் மொழியில் உண்டு. அவற்றைத்தான் இலக்கணங்கள் எடுத்துரைக்க முனைகின்றன. ஆனால் அவ்விதம் முடியாததால் புறனடைகளுக்குள் செல்கின்றன. வாய்பாடுகளுக்குள் அடங்காதவற்றைத் தனித்தனி சிறப்பு விதிகளாக்க முனைகின்றன. பிறகு எல்லாவற்றிற்கும் சிறப்புவிதி கூறி முடிக்க இயலாமையால், இயலுக்கே புறனடைச் சூத்திரங்கள் தேவையாகின்றன. ஆனால் இதனால் நேர்க் காட்சிவாத முறைமை ஒன்றும் கெட்டுவிடுவதில்லை.

இதுவரை காட்டியவற்றால், தொல்காப்பியர் நேர்க்காட்சிவாத அடிப்படையிலான பொருள்கோளைப் பயன்படுத்துபவர், ஆதரிப்பவர் என்பது உணரப்பட்டது. சட்ட நேர்க்காட்சிவாதப் பொருள்கோள், இறையியல் நேர்க்காட்சிவாதப் பொருள்கோள் ஆகியவற்றைப் போன்ற இலக்கிய நேர்க்காட்சிவாதப் பொருள்கோள் ஒன்றைத் தொல்காப்பியர் அந்தக் காலத்தில் உருவாக்கியிருக்கிறார் என்பது பெறப்படும்.

8

தொல்காப்பியர் காட்டும் பொருள்கோள் உத்திகள்

உத்திகளும் அணிகளும்

தொல்காப்பியர் கையாளும் பொருள்கோள் முறைமை நேர்க்காட்சி வாதம் என்று சென்ற இயலில் விளக்கப்பட்டது. இனி, தொல்காப்பியர் எடுத்துரைக்கும் பொருள்கோள் உத்திமுறைகளைக் காணலாம்.

தொல்காப்பியப் பொருள்கோளில் அணித்தன்மை

இந்த அணிசார்ந்த அமைப்புகள், மொழியின் இன்னொரு பண்புக்குள் நம்மைக் கொண்டுசெலுத்துகின்றன. மொழியைக் கருவியாக நோக்குபவர்கள் உண்டு. அதாவது நாம் சொல்லவிரும்பியதைச் சொல்ல விரும்புகின்ற கருவிதான் மொழி என்பார்கள். ஆனால் மொழி இப்படிப்பட்ட விதிக்குள் கட்டுப்படுவதில்லை. எனவே கருவிநோக்கு பொய்த்துப் போகிறது. மொழி நமக்கு முன்னால் பிறந்து வாழ்கிறது. நாம் அதற்குள் இருக்கிறோம். இன்னொரு வகையில் கூறினால், மொழியின் நீண்ட வரலாற்று ஓட்டத்தில் நாம் அடித்துச் செல்லப்படும் புள்ளிகள். அதனால், மொழி விரும்புவதை நாம் சொல்ல நேர்கிறதே ஒழிய, நாம் சொல்ல விரும்புவதை அது சொல்வதில்லை. தொல்காப்பியர் நினைவுறுத்தலுக்கெனக் கையாண்ட முன் அமைப்புகள் யாவும் மொழியின் அணிசார் தன்மைக்குள் நம்மைக் கொண்டுவிடுகின்றன. அணியின்றிக் கூற்றுகள் எதுவும் இயங்க இயலாது. பேச்சுவழக்கோ எழுத்துவழக்கோ, செய்யுளோ உரைநடையோ எதுவாயினும் அதற்குள் அணித்தன்மை (rhetoricity) புகுந்துவிடுகிறது.

இந்த அணித்தன்மைதான் இனி நாம் பார்க்கப்போகும், பொருள்கோளின் முக்கியப் பகுதி ஆகிறது. பிற மொழிகளைப் போல் அல்லாமல் எழுத்துக்கள் உயிர்-மெய் என்றும், வல்இனம்-மெல்

இனம்-இடைஇனம் என்றும் பிரிக்கப்பட்டிருப்பது உருவகத் தன்மை உடையது. தமிழில் பெரும்பாலான இலக்கணச் சொற்கள் வாழ்க்கைச் சொற்களின், வழக்குச் சொற்களின் உருவகங்களே. உதாரணமாக, புணர்ச்சி என்ற சொல் முதலில் ஆண்-பெண் புணர்ச்சியைத்தான் குறித்திருக்க வேண்டும். இலக்கணத்தில் சொற்களின் சேர்க்கைக்கும் அதுவே ஆகிவிட்டது. இதுபோலவே இன்னும் பல சொற்கள் உள்ளன. உதாரணமாகக் கெடுதல் என்ற சொல். வழக்கில் கெடுதல், கெட்டது என்பதற்குப் பொருள் வேறு. ஆனால் இலக்கணத்தில் இல்லாமற் போவது என்ற வேறு அர்த்தம் உருவாகிவிட்டது. இவையெல்லாம் அணித்தன்மை மொழிக் குறியீடுகளிலும் செயற்படுவதைக் காட்டுபவை.

முதன்மை அணி-உருவகம்

அணியின்றி மொழியில்லை என்றால் முக்கியமான அணி எது அல்லது அணிகள் யாவை? தொல்காப்பியர் பொருளதிகாரத்தில் உவமவியல் என்ற ஒன்றை மட்டுமே சொல்கிறார். அதாவது உவமையை மொழியின் அடிப்படையான அணியாகக் காண்கிறார். இந்திய மொழிகள் எல்லாவற்றிலும் இந்தக் குறைபாடு உண்டு. சமஸ்கிருதத் திலும் இந்தக் குறைபாடு உண்டு. உவமை பற்றிக் கூறும்போது,

வேறுபட வந்த உவமத்தோற்றம்
கூறிய மருங்கின் கொள்வழிக் கொளால்.

ஒரீஇக் கூறலும் மரீஇய பண்பே.

பொருளே உவமம் செய்தனர் மொழியினும்
மருளறு சிறப்பின் அஃது உவமம் ஆகும்

என்று புறனடைபோலச் சிலநூற்பாக்கள் வருகின்றன. இவை யனைத்தும் உருவகத்தைக் குறிப்பவை. அதாவது உவமையின் ஒரு பகுதியாகவே உருவகத்தைக் காணும் போக்கு தமிழ் உள்ளிட்ட இந்திய மொழிகளில் காணப்படுகிறது. இது தவறு.

உண்மையில் உருவகம்தான் அடிப்படை அணி. உருவகம் இல்லாத இடம் இல்லை. பேச்சு வழக்கிலும் உருவகம் பயின்று வரும் அளவுக்கு உவமை பயின்று வருவதில்லை. உதாரணமாக 'அந்தக் கழுதையைக் கூப்பிடு' என்று சொல்வோமே ஒழிய, 'கழுதையை ஒத்த உன் மகனைக் கூப்பிடு' என்று யாரும் சொல்ல மாட்டோம். அந்தக் கழுதையைக் கூப்பிடு என்பதில் கழுதை என்பது உருவகம்.

உருவகம் பெயர்ச்சொல் மட்டும் அன்று. அது வினைச்சொல்லாகவும் வரும். உதாரணமாக, திருடிவிட்டான் என்ற சொல்லுக்கு பதிலாகச் சுட்டுவிட்டான் என்ற சொல்லை இன்று பலரும் பேச்சுவழக்கில் கையாளுகிறார்கள். இது உருவகம்.

உருவகம் என்பது பதிலீடு (substitution). ஒன்றிற்கு பதிலாக இன்னொன்று வருவது உருவகம்.

அவன் (தந்திரம் மிக்க நடத்தை கொண்ட ஒருவன்)
அவன் (ஒரு குள்ளநரி)

முதல் வாக்கியத்தில் தந்திரம் மிக்க நடத்தைகொண்ட ஒருவன் என்பதற்கு பதிலீடாக வருவதுதான் ஒரு குள்ளநரி என்ற தொடர். இவ்வாறே பிறவற்றிலும் பொருத்திப் பாருங்கள். ஒரு சொல் என்பது ஒரு குறி. குறிக்குக் குறிப்பான், குறிப்பீடு என்ற இரண்டு பகுதிகள் உள்ளன என்பதை அறிந்திருப்பீர்கள். ஒரு சொல்லின் குறிப்பீட்டுக்கு பதிலாக இன்னொரு சொல்லின் குறிப்பான் பதிலீடு ஆவதுதான் உருவகத்தின் அமைப்பு. உதாரணமாக, அவன் கழுதை என்ற தொடரில், அவன் புத்திமந்தமானவன் அல்லது பயனற்றவன் என்று சொல்ல வருகிறோம். புத்திமந்தமானவன் என்ற சொற்றொடரின் குறிப்பீட்டுக்கு பதிலாகத்தான் கழுதை என்ற குறிப்பான், தன் அசலான குறிப்பீடாகிய ஒரு பிராணி என்பதை இழந்து இடம்பெறுகிறது.

எச்சம்

உருவகம் போலவே எச்சம் என்ற கருத்தும் தமிழில் முக்கியமானது. பெயரெச்சம், வினையெச்சம் போன்றவை வாக்கிய அமைப்புக்கு மிக முக்கியமானவை. இதுபோலவே பொருள்கொள்வதற்கு இன்றியமையாத எச்சங்கள் உண்டு, குறிப்பெச்சம், இசையெச்சம் ஆகியவை. 'தத்தம் குறிப்பின் எச்சம் செப்பும்' என்று தொல்காப்பியர் சொல்கிறார். வரன்முறையாகக் கூற்றெச்சம், குறிப்பெச்சம் ஆகியவற்றைக் குறிப்பிடுபவர் உண்டு.

சொல்லொடும் குறிப்பொடும் முடிபுகொள் இயற்கை
புல்லிய கிளவி எச்சம் ஆகும்

என்ற நூற்பா, கூற்றெச்சம், குறிப்பெச்சம் என்ற பிரிவுக்கு ஆதாரமாக நிற்கிறது. சொற்களின் இணைவால் அமைவது கூற்று. ஆகவே சொல் எஞ்சி நிற்பது கூற்றெச்சம் எனலாம். குறிப்பு எஞ்சி நிற்பது குறிப்பெச்சம் எனலாம்.

எச்சம் என்றால் எஞ்சி நிற்பது. ஆகுபெயர், அன்மொழித் தொகை ஆகிய இரண்டுமே எச்சங்கள்தாம். ஆகுபெயரில் ஒரு சொல்லுக்குள்ளாகவே பொருள் எஞ்சி நிற்க, அன்மொழித் தொகையில் சொல்லின் புறத்தில் பொருள் எஞ்சிநிற்கிறது. சான்றாக, ஊர் சிரித்தது என்றால், ஊர் என்ற சொல், ஊரிலுள்ள மக்கள் என 'ஆகுவது' அந்தச் சொல்லுக்குள் நிகழும் ஒன்று. இது அகவிரி. பூங்குழல் வந்தாள் என்னும்போது, பூங்குழல் என்ற தொடர் தனியாக வந்தால் பெண்ணைக் குறிப்பதாகக் கொள்ளமாட்டோம். அதை இரண்டாம் வேற்றுமைத் தொகையாகக் கொள்வோம். ஆனால் வந்தாள் என்ற புறத்தொடர்தான் இதை அன்மொழித் தொகையாக்குகிறது. பெண்ணைக் குறிப்பதாக்குகிறது. இதனால் ஆகுபெயரும் அன்மொழித்தொகையும் கூற்றெச்சங்களாகவே நிற்கின்றன.

ஆகுபெயரைத் தொல்காப்பியர் பெயரியலில் குறிப்பிடுகிறார். அதாவது ஆகுபெயரை ஒரு பெயர்ச்சொல்லாகவே பார்க்கிறார். முன்பு உருவகத்திற்குச் சொன்னதுபோலவே, ஆகுபெயர் ஒரு பெயர்ச்சொல் மட்டும் அன்று. எந்தச் சொல்லாகவும் இருக்கலாம். பிரதியின் ஒரு பகுதியாகக்கூட இருக்கலாம். பிரதியின் ஒரு பகுதியை—ஓர் இயலை—உதாரணமாக, பொன்னியின் செல்வன் நாவலின் முதல் அத்தியாயமான ஆடித்திருநாள் என்பது ஆகுபெயர் அல்லது முதற் பகுதியின் பெயரான புதுவெள்ளம் என்பது ஆகுபெயர் என்று கூறுவது குழப்பத்தைத்தான் உண்டாக்கும். யாவரும் ஆடித் திருநாள் என்ற சொல் ஆகுபெயர், புது வெள்ளம் என்ற சொல் ஆகுபெயர் என்று பொருள்கொள்வார்களே ஒழிய அந்த இயலோ அந்த முதற்பாகமோ ஆகுபெயர் என்று கொள்ளமாட்டார்கள்.

சினையெச்சம்

எனவே அதற்கு வேறொரு பெயர் தர வேண்டியிருக்கிறது. அதனால் இங்கே நான் சினையெச்சம் என்ற சொல்லைப் பயன்படுத்துகிறேன். இதில் முன்கூறிய எச்சம்-எஞ்சிநிற்றல் என்ற கருத்தும் அடங்கியுள்ளது, ஆகுபெயர்களிலே முக்கியமாகக் கருதப்படுவது சினையாகு பெயர் (Metonymy). எனவே சினை என்ற சொல்லையும் எச்சம் என்ற சொல்லையும் இணைத்து சினையெச்சம் என்ற புதுச் சொல்லை உருவாக்குகிறோம். மேற்கூறிய உதாரணத்தில், பொன்னியின் செல்வன் நாவலின் ஒரு சினை (சிறுபகுதி) முதல் அத்தியாயமான ஆடித் திருநாள் என்பது. அந்த அத்தியாயம் அந்த நாவலுக்குச்

சினையெச்சமாக நிற்கிறது என்னும் போது குழப்பம் இன்றிப் போகிறது.

உருவகமும் சினையெச்சமும் அடிப்படை அணிகள். இவை எல்லாப் பிரதிகளையும் கட்டமைப்பவை என்பதை அறிஞர்கள் எடுத்துக்காட்டியிருக்கிறார்கள். சங்ககால அகக் கவிதைக்கு இலக்கணம் வகுக்கும் தொல்காப்பியரும் உள்ளுறை, இறைச்சி என்பனவற்றை அடிப்படைப் பொருள்கோளுக்கான கோட்பாடுகளாக விளக்குகிறார். இவற்றில் உள்ளுறை என்பது உருவகம். இறைச்சி என்பது சினையெச்சம். உள்ளுறை உவமையில், கவிதையில் ஒரு காட்சி வருணிக்கப்படுகிறது. அந்தக் காட்சியில் இடம்பெறும் ஒவ்வொரு பொருளும் வேறொரு நபருக்கு அல்லது பண்புக்கு உருவகமாக நிற்கின்றன. 1:1 தொடர்பை அடிப்படையாகக் கொண்டது உள்ளுறை என்னும் கூட்டுருவகம். இறைச்சி கருப்பொருளின் அடிப்படையில் பிறப்பது என்று தொல்காப்பியர் கூறுகிறார். கருப்பொருளின் நீட்சிதான் அது. அதாவது சினையெச்சம்.

உவமத் தன்மையும் உரித்தென மொழிப
பயனிலை புரிந்த வழக்கத்தான

என்பதன் வாயிலாக உள்ளுறை உவமம் என்னும் உருவகம், பயனிலையாகவும் வரும் என்கிறார். தலைவனுக்கும் தலைவிக்கும் உரிய ஒருபாற்கூற்று என்று தொல்காப்பியர் குறிப்பிடுவது மனிதப் படுத்தல் (personification).

உண்டற்குரிய அல்லாப் பொருளை
உண்டனபோலக் கூறலும் மரபே.

தொல்காப்பியரின் அடிப்படைப் பொருள்கோள் முறைமை

பெருமையும் சிறுமையும் சிறப்பின் தீராக்
குறிப்பின் வரூஉம் நெறிப்பாடு உடைய

என்று கவிதைத் தன்மை பற்றிக் குறிப்பிடுகிறார் தொல்காப்பியர். எவ்விதம் வினைச் சொல் பற்றிச் சொல்லும்போது தெரிநிலை, குறிப்பு என்ற பாகுபாடு உள்ளதோ, அது போலக் கவிதைக்குப் பொருள் செய்யும்போதும், தெரிநிலை-குறிப்பு என்ற வேறுபாடு முக்கியமானது. தெரிநிலை என்பது வெளிப்படையாகக் காணும் பொருள். குறிப்பு என்பது நாம் தேடிக் கண்டறியவேண்டிய ஒன்று. அதனை நாம் கண்டறிவதற்காகவே ஆகுபெயர், உருவகம், உள்ளுறை உவமை,

இறைச்சி, பிற உள்ளுறை வகைகள் போன்ற யாவும் சொல்லப் படுகின்றன. தொல்காப்பியரின் ஒழுங்கமைவில் (சிஸ்டம்) இந்தப் பிரிவு முக்கியமானது.

அடுத்து, முன்பே தொல்காப்பியர் ஒரு நேர்க்காட்சிவாதி என்று குறிப்பிட்டோம். அறிவியல் கற்பிக்கும் முறையாக அமைவது நேர்க்காட்சி முறைமையே ஆகும்.

எனவே தொல்காப்பியரின் பொருள்கோள் முறையைக் கல்விசார் பொருள்கோள் அல்லது கல்வியியல் பொருள்கோள் என்றும் கூறலாம். ஏனென்றால் அது, தான் எவ்விதம் ஒன்றை உணர்வது, பிறகு அதை எப்படிப் பிறருக்குக் கற்பிப்பது என்ற அடிப்படையிலேயே இயங்குகிறது.

செய்யுள் உறுப்புகளாகத் தொல்காப்பியர் சொல்லுவன முக்கிய மானவை. இவை யாவும் பொருள்கோளுக்கு உரியவை. சங்கப் பாக்களைப் புரிந்துகொள்ள,

மாத்திரை எழுத்து அசைவகை
சீர் அடி யாப்பு
மரபு தூக்கு தொடைவகை
நோக்கு பா அளவியல்
திணை கைகோள் கூற்றுவகை
கேட்போர் களன் காலவகை
பயன் மெய்ப்பாடு எச்சவகை
முன்னம் பொருள் துறைவகை
மாட்டு வண்ணம்

என்ற யாப்பியல் உறுப்புகள் இருபத்தாறும் அடிப்படையானவை. இவற்றுடன் எட்டு வனப்புகள் ஆக உறுப்புகள் முப்பத்து நான்கு ஆகின்றன.

நோக்கு என்பது, மாத்திரை முதல் அடிவரை நோக்குவது ஆகும். நோக்கும் பொருள்கோளுக்கு அடிப்படையானது. அதாவது கவிதையின் எந்த உறுப்பையும் விட்டுவிடாமல் எல்லாவற்றையும் நன்கு நோக்கியே பொருள்கொள்ள வேண்டும் என்பது அவர் கருத்து.

இந்தக் காலக் கவிதைகளாயின் நிறுத்தக்குறிகள் உள்படக் கருத்தில் வைத்தே கவிதையை நோக்க வேண்டும்..

பிற பொருள்கோள் உத்திமுறைகள்

அங்கதம்

அங்கதம் (சடையர்) என்பது அணிகளில் முக்கியமானது. வெண்பாவில் வருவது அங்கதப் பாட்டு என்று கூறி, அதை இரண்டாகப் பிரிக்கிறார். செம்பொருள்-கரந்தது என்பது அந்த வகை. செம்பொருள் அங்கதம், வசை எனப்படும். மொழிகரந்து மொழியின் அது பழி கரப்பாகும். பிறகு செவியுறை (கற்பித்தல்) என்பதை அங்கதத்தோடு முரண்படுத்தி நோக்குகிறார்.

வசையோடும் நசையோடு புணர்ந்தது என்றால் அங்கதச் செய்யுள். அடிவரையற்ற செய்யுள் ஆறு, அவை நூல்-உரை-பிசி-முதுமொழி-மந்திரம்-குறிப்பு எனக் கூறியபின், கூற்றிடை வைத்த குறிப்பினான என்று குறிப்பிடுவது முக்கியமானது. அதாவது குறிப்பு என்பது கூற்றாகத்தான் வரும்.

உரை

உரை என்பது பரந்த பொருளில் இங்கு கையாளப்படுகிறது. உரை பற்றிக் கூறும்போது, பாட்டிடை வைத்த குறிப்பு, பாவின்று எழுந்த கிளவி, பொருளோடு புணராப் பொய்ம்மொழி, பொருளொடு புணர்ந்த நகைமொழி என்று வகைப்படுத்துகிறார்.

பிசி என்பது ஒப்பொடு புணர்ந்த உவமத்தால் வருவது, தோன்றுவது கிளந்த துணிவால் வருவது. எனவே இதையும் ஒருவகை உருவகம் என்றே கருதத் தோன்றுகிறது.

‘எழுத்தொடும் சொல்லொடும் புணராதாகி, பொருள் புறத்ததுவே குறிப்பு மொழி.’ வடமொழியில் கூறும் தொனி என்பதற்கும் இதுவே இலக்கணம். இதனை ஆங்கிலத்தில் suggestion என்பார்கள். அதாவது குறிப்புமொழி என்பது கவிதைக் கூற்றுக்குப் புறத்தில் உருவாகிறது என்பது கருத்து. எழுத்தும் சொல்லும் புணர்ந்து நேர்ப்பொருளை (denotation) என்பதைத் தருகின்றன. இரண்டாம் நிலைப் பொருள் (connotation), உள்ளுறை உவமை போன்ற குறிப்புப் பொருள்கள் யாவும் நேர்ப் பொருளுக்கு அப்பால், புறத்தில் நிற்கின்றன.

இலக்கணை

ஞாயிறு திங்கள் அறிவே நாணே

கடலே கானல் விலங்கே மரனே...

சொல்லுந போலவும் கேட்குந போலவும் சொல்லியாங்கு அமையும் என்பது 'விளிப்படுத்தல்' (இலக்கணை அல்லது அபாஸ்டிரபி) என்ற அணிவகை.

இறைச்சி

இறைச்சிதானே பொருட்புறத்ததுவே
இறைச்சியில் பிறக்கும் பொருளுமார் உளவே
திறத்தியல் மருங்கின் தெரியுமோர்க்கே.

என்று அழகாக இறைச்சிக்கு இலக்கணம் கூறியவர், அதை மேலும் கோட்பாடாக வளர்த்திருக்க வாய்ப்புண்டு. ஆனால்,

அன்புறுதகுந இறைச்சியுள் சுட்டலும்
வன்புறையாகும் வருந்தியபொழுதே.

என்று திடீரெனச் சுருக்குவதால், கோட்பாடு உருவாக்கத்திற்கான சாத்தியத்தை மறுத்துவிடுகிறார்.

உள்ளுறை வகைகள்

உடனுறை உவமம் சுட்டு நகை சிறப்பு எனக்
கெடலரும் மரபின் உள்ளுறை ஐந்தே.
அந்தமில் சிறப்பின் ஆகிய இன்பம்
தன்வயின் வருதலும் வகுத்த பண்பே.

என்பதனால் உள்ளுறை சார்ந்த அணிகள் இலக்கிய இன்பத்திற் கெனவே கையாளப்படுபவை என்றும் சொல்கிறார்.

மங்கல மொழி, வைஇய மொழி, மாறில் ஆண்மையின் சொல்லிய மொழி போன்றவையும் குறிப்புமொழிகள் ஆகலாம்.

மாட்டெறிதல்

பொருள்கோள் வகையில் சிறப்பானது மாட்டெறிதல் அல்லது மாட்டேறு. (இதனை நச்சினார்க்கினியர் தேவைக்கெனவும் தேவை யின்றியும் தம் உரையில் கையாளுவார்.)

அகன்று பொருள் கிடப்பினும் அணுகிய நிலையினும்
இயன்று பொருள் முடியத்
தந்தனர் உணர்த்தல் மாட்டென மொழிப

என்று அதற்கு இலக்கணம் கூறி,

மாட்டும் எச்சமும் நாட்டல் இன்றி
உடனிலை மொழியினும் தொடர்நிலை பெறுமே

என்கிறார். இக்காலத் தமிழிலும், ஏதாவது ஒரு பொருளை வேறிடத்தில் கொண்டு போய்த் தொங்கவிடுவதை மாட்டுதல் என்கிறோம். அதுபோல ஒரு கவிதைப் பொருளை (அடி தொடர் முதலியன) வேறிடத்தில் கொண்டுபோய்ப் பொருத்துவதை மாட்டு என்று அக்காலத்தில் சொன்னார்கள் போலும்.

மாட்டு என்பது மெடானிமி (பொதுநிலையில் ஆகுபெயர்) என்ற அணியாகவும், எச்சம் என்பது 'சினக்டக்கி' (சினையாகுபெயர்) என்ற அணியாகவும் நோக்கத்தக்கன. பரந்த நிலையில் இவை யாவும் சினையெச்சங்களே.

சொற்புணர்ப்பால் ஏற்படும் சிக்கல்கள்

இனி வேறு சில கருத்துகளுக்குச் செல்வோம். அர்த்த இடைவெளி போன்றவை தொல்காப்பியத்தில் மிகுதியாக வருவதற்கு வாய்ப்பில்லை. (தேடும் முயற்சியில் இறங்க வேண்டும்.) ஆனால் பொருள் கொள்வதில் அவர் கையாளும் பழஞ்சொற்கள் முதல் இடையூறாக நிற்கின்றன. உதாரணமாக, பண்ணத்தி என்ற சொல்லுக்கு இன்று என்ன அர்த்தம் கொள்வது? அர்த்தம் கொள்ளத் தேவைதான் உண்டா? தொல்காப்பியர் கையாளும் பிற பெரும்பான்மைச் சொற்களை, ஆயிரம் ஆண்டுகள் இடைவெளி இருந்தாலும், பின்வந்த இலக்கண ஆசிரியர்கள் அதேபோலக் கையாண்டதனால்தான் நம்மால் அவற்றைப் புரிந்துகொள்ள முடிகிறது.

தமிழின் பழைய பிரதிகளைப் பொருள்கொள்ளும்போது சொற்புணர்ப்புகள் (சந்திகள்) சில இடர்ப்பாடு தருகின்றன. அவற்றுள் முக்கியமானது லகர னகரப் புணர்ச்சி. இரண்டுமே புணர்ச்சியில் னகரமாகத்தான் நிற்கும். வல்லெழுத்து வருமொழி என்றால் றகரமாக நிற்கும். இதனால் பலரும் னகரம் வருமிடங்களை லகரமாகப் பிரிக்கிறார்கள். இது பெரிய பொருள் மாறுபாட்டை ஏற்படுத்தக் கூடியது.

இதற்குச் சான்றாக, சிறப்புப் பாயிரத்தில் நிலந்தரு திருவிற் பாண்டியன் என்ற தொடரையே பார்த்தோம். மற்றொரு சான்றையும் காணலாம்.

இடைச்சொல் பற்றிக் குறிப்பிடும்போது, அதைப் பற்றிய நூற்பாவில்

தத்தம் குறிப்பிற் பொருள் செய்குநவும்
ஒப்பின்வழியாற் பொருள் செய்குநவும்

என்ற தொடர் வருகிறது. தத்தம் குறிப்பிற் பொருள் செய்குந என்பதை தத்தம் குறிப்பின் அல்லது தத்தம் குறிப்பில் எப்படிப் பிரித்தாலும் அர்த்தமாற்றமில்லை.

ஒப்பின்வழியால் என்பதை ஒப்பில் வழியால், ஒப்பின் வழியால் என்று இருவகையாகவும் பிரிக்கலாம். முதல்வகைப் பிரிப்பு தவறான அர்த்தம் தரக்கூடியது. ஒப்பில் வழியால் என்றால் (இப்படித்தான் ச.வே. சுப்பிரமணியனும் பிரித்திருக்கிறார்) ஒப்பு இல்லாத— அதாவது ஒப்பற்ற வழியினால் பொருள் செய்யக்கூடியது என்றாகும். இது அர்த்தமற்றது. ஒப்பின் வழியால் என்றால் ஒப்பு+இன் வழியால், அதாவது ஒப்புமையின் வழியால், (உவம உருபு என்பதைக் குறிக்கும் நோக்கில்) பொருள் செய்யக்கூடியது என்றாகும். இதுவே சரியான பிரிப்பு. எனவே புணர்ச்சியின் பிரிப்பினால் பொருள் தவறாகவோ சரியாகவோ போகக்கூடிய இடங்கள் மிகுதியாக இருக்கின்றன—பல இடங்களில் எது சரியான பொருள் என்றும் தெரியாது. இனி, நமது பொருள்கோள் நோக்கில், பொதுவாகத் தொல்காப்பியத்தின் இயல்பைக் காணலாம்.

9

தொல்காப்பியரின் பொருள்கோள் முறை கற்றலும் கற்பித்தலும்

தொல்காப்பியர் நூல் என்பதற்குக் கூறும் அர்த்தப்படியே, தொல்காப்பியமே ஒரு நூல் (அதாவது நேர்க்காட்சி அடிப்படையிலான அறிவு நூல்) என்பது தெளிவு. அறிவியல் நூல்களைக் கற்பிப்பதற்கு உதவுகின்ற கல்வியியல் பொருள்கோளின் முறை நேர்க்காட்சியியம் தான்.

தொல்காப்பியரின் கல்வியியல் பொருள்கோளில் இறுதியாக அவர் கூறும் முப்பத்திரண்டு உத்திகள் என்பவை முக்கியமானவை. ஏனெனில் இவை உணர்ந்து கற்பது என்பதற்கும் கற்றதைக் கற்பிப்பது எப்படி என்பதற்கும் இலக்கணம் உரைக்கின்றன.

'ஒத்தகாட்சி உத்திவகை விரிப்பின்' என்று இந்த நூற்பா தொடங்குகிறது. இந்தத் தொடர் முக்கியமானது. இங்குக் கூறப்படு கின்ற உத்திவகைகள், நூலைக் கற்பதற்கும் பொருள் காண்பதற்கும், பிறகு அதைக் கற்பிப்பதற்குமான வழிமுறைகள்தாம்.

ஒத்தகாட்சி

ஒத்தகாட்சி என்றால் இங்கு என்ன பொருள்? நாம் எந்த நூலைக் கற்று உணர்கிறோமோ அந்த நூலுக்கு ஒத்த பார்வை நமக்குள் இருத்தல் வேண்டும் என்பதைத்தான் இந்தத் தொடர் குறிக்கிறது. இதுதான் சங்க இலக்கியம் கூறும் நூல்நெறி. ஒத்தகாட்சி என்றால் முழுமையான புரிந்துகொள்ளல் என்று அர்த்தமில்லை. அது சாத்தியமும் இல்லை. அந்த நூலுக்குப் பொருந்திப் போகக்கூடிய பார்வை என்பதுதான்

ஒத்தகாட்சி என்ற தொடரின் பொருள். தொல்காப்பியர் காலத்தில் இப்படிப்பட்ட நோக்கு ஒரு புரட்சி என்றே சொல்லத்தகும். ஏனென்றால் ஒரு நூலைப் பலவகைகளில் புரிந்துகொள்ள இயலும். அவை யாவும் நூலின் நோக்குடன் பொருந்திச் செல்பவையாகவும் இருக்கக்கூடும். இதுவும் பிரதியின் பல்வேறு அர்த்தச் சாத்தியப் பாடுகள் குறித்த முக்கியமான கூற்றாகும்.

ஒரு நூலுக்கு ஒரு பொருள்தான் உண்டு என்பதல்ல, பலவேறு அர்த்தங்கள் இருக்கலாம், பலவேறு முறைகளில் அர்த்தம் காணலாம் என்பதைத் தொல்காப்பியர் வெவ்வேறிடங்களில் கூறியுள்ளார்.

சஹ்ருதயத் தன்மை

வேறொருவகையிலும் ஒத்தகாட்சி என்பதன் பொருளை விரிக்கலாம். நூலாசிரியன் எந்த நோக்கில் நூலை ஆக்கினானோ அதற்கு ஒத்த உணர்வு நமக்குள் தோன்றுவது முக்கியம். இதை 'empathy' என்று ஆங்கில நூலார் சொல்வர். அதற்கு to be in another man's shoes என்று விளக்கம் சொல்வார்கள். மற்றொருவர் இடத்தில் தன்னை வைத்துப் பார்ப்பது என்பது பொருள். இதனை வடநூலார் சஹ்ருதயத் தன்மை என்பார்கள்.

மாசறத் தெரிதல்

இந்த நூற்பாவின் முடிவு அடிகளும் மிக முக்கியமானவை. 'மனத்தில் எண்ணி மாசறத் தெரிந்துகொண்டு இனத்தில் சேர்த்தி உணர்த்தல் வேண்டும், நுனித்தகு புலவர் கூறிய நூலே' என்பது இதன் முடிவுப்பகுதி. ஒரு நூலின் பொருளை மனத்தில் ஆழ்ந்து சிந்தித்து (எண்ணி), மாசு அறத் தெரிந்துகொண்டு (இதனைத் திருவள்ளுவர் கசடறக் கற்க என்பார்) இனத்தில் சேர்த்திக் காணவேண்டும். இனத்தில் சேர்த்தி என்பதற்கு அந்த நூல் சேரக்கூடிய இனமாகிய துறை (the domain of knowledge to which it belongs) என்று பொருள். அல்லது மேற்கு நூலாசிரியர்கள் கூறியதுபோல நூலின் இனம்—genre (நூல்வகை) என்றும் பொருள் கொள்ளத் தகும்.

நுனித்தகு புலவர் கூறிய நூல் என்பதும் கவனிக்கத்தக்க ஒன்று. நுனித்தகு புலவர் என்றால் நுனித்து ஆராயக்கூடிய ஆழ்நோக்குக் கொண்ட புலவர்கள் (authors with a penetrative insight) என்று அர்த்தம்.

தொல்காப்பியம் போன்ற ஓர் இலக்கண நூலில் புரியாமை, ஒரு பகுதி உணர்ந்து ஒரு பகுதி உணராதிருத்தல், தவறான புரிந்து கொள்ளல்கள் ஆகியவற்றைத் தவிர்ப்பதற்காகவே உத்தி வகைகள் கூறப்பட்டுள்ளன எனலாம். நூலினுள் புகுவதைத் தடைசெய்யக்கூடிய தன்மைகளைப் பெரும்பாலும் நீக்குவதே இவற்றின் நோக்கம். ஆனால் இலக்கிய நூல்களைப் பொறுத்தவரை இவையே நல்ல அம்சங்களாக அமையவும் கூடும்.

முதல் நான்கு கற்பித்தல் உத்திகள்

1. நுதலியது அறிதல்
2. அதிகார முறை
3. தொகுத்துக்கூறல்
4. வகுத்து மெய்ந்நிறுத்தல்

என்பவை முதலில் குறிப்பிடப்படும் முக்கியமான நான்கு உத்திகள். இவை பிரதியின் அர்த்தப்பாடு தொடர்ந்து முன்னேறும் முறையை எடுத்துரைப்பவை. நுதலுதல் என்பது உருவகத் தொடர். நுதல் என்பது முகத்தின் மேற்பகுதி. இங்கே நூலின் மையக்கருத்து என்று பொருள்படும். எனவே நுதலியது அறிதல் என்றால் நூலின் மையக்கருத்தினை அறிதல். அதுதான் பொருள்கோளின் முதற் செயல்பாடு. பிறகு அதிகார வகையால் அறிதல். முறை என்றால் வரிசை, sequence என்று பொருள்படும். அதாவது பொருளை வரிசை முறைப்படி ஒழுங்காக அறிதல். தொகுத்துக் கூறல், வகுத்து மெய்ந்நிறுத்தல் என்பவை அறிவியல், தர்க்கம் இரண்டிலும் கையாளப்படும் அளவை முறைகளைக் குறிப்பவை. இவறை induction, dedutction என்பார்கள்.

எர்னஸ்டி கூறி, ஷ்லியர்மேக்கர் போன்றவர்கள் வலியுறுத்திய பொருள்கோள் வட்டம் என்பதன் முதற்படி இந்நான்கு உத்திகளும். முழுமையைச் சற்றே அறிந்த பிறகுதான் பகுதிகளுக்குள் செல்ல முடியும். பகுதிகளுக்குள் சென்றால் தான் முழுமை நோக்கில் அவற்றைக் கற்கமுடியும், பொருள்கொள்ள முடியும்.

நூலாசிரியன் கூறியவற்றை முதலில் நன்கு அறிந்துகொள்ள வேண்டும் (நுதலியது அறிதல்). பின்னர் அதிகார முறைமைப்படி— அந்த வரிசைப்படி ஏன் செய்திகள் சொல்லப்பட்டுள்ளன என்பவற்றைச் சிந்தித்து அறியவேண்டும்.

தொகுத்துக்கூறல் என்பது, நூற்பொருளின் சரியான, பிறழ்ச்சியற்ற சுருக்கத்தை அறிந்துகொள்ள முனைதல். வகுத்துக்கூறல் என்பது தனது கருத்திற்கேற்ப அந்தப் பொருளை வகைதொகை செய்து எடுத்துரைத்தல், இது தனக்குள்ளோ பிறரிடமோ நிகழலாம். ஏனெனில் இவற்றைப் பிறரிடம் செய்துபார்க்கும்போதுதான் தெளிவு ஏற்படுகிறது.

நூலினுள் ஆழ்ந்து புகுதல்

ஐந்து முதல் பதினாறு வரை வரும் பன்னிரண்டும் அடுத்த வகை.

1. மொழிந்த பொருளொடு ஒன்றவைத்தல்
2. மொழியாததனை முட்டின்று முடித்தல்
3. வாராததனால் வந்தது முடித்தல்
4. வந்ததுகொண்டு வாராதது உணர்த்தல்
5. முந்துமொழிந்ததன் தலைதடுமாற்று
6. ஒப்பக்கூறல்
7. ஒருதலை மொழிதல்
8. தன்கோள் கூறல்
9. முறை பிறழாமை
10. பிறன் உடன்பட்டது தான் உடன்படுதல்
11. இறந்தது காத்தல்
12. எதிரது போற்றல்

ஆகியவை இவற்றைக் கற்றலின் சங்கேதங்களாகக் (codes) கொள்ளத்தகும். ஏறத்தாழ இவற்றின் பொருள் புலப்படுகின்ற வகையிலேயே உள்ளது.

இதுவரை கூறப்பட்ட பதினாறு உத்திகளும் ஒருவர் தன்னளவில் மிகவும் நன்கு ஒரு நூலைக் கற்கக் கையாளுகின்ற முறைகளாகக் கொள்ளலாம். அடுத்த பதினாறும் பிறருக்குக் கற்பிக்க முனையும் போது எவ்வித உத்திகளைக் கையாளவேண்டும் என்ற செய்தியாகும்.

நன்னூலாரும் கற்கும் முறை பற்றிக் கூறுகிறார். ஆனால் அவர் சொல்லும் முறை வேறு.

நூல்பயில் இயல்பே நுவலின் வழக்கறிதல்
பாடம் போற்றல் கேட்டவை நினைத்தல்
ஆசாற் சார்ந்து அவை அமைவரக் கேட்டல்

அம்மாண்புடையோர் தம்மொடு பயிறல்
வினாதல் வினாயவை விடுத்தல் என்றிவை
கடனாக் கொளினே மடம் நனி இகக்கும்

இவை புறச் சடங்குகளைப் பெரிதும் குறிப்பனவாகவே உள்ளன. எவ்விதம் நூலின் பொருளை ஆழ்ந்து உணரலாம் என்பதற்கு மாறாக, எப்படி ஆசானுடன் அமர்ந்து கேட்கலாம், யாருடன் படிக்கலாம் என்பன போன்ற வெளி விஷயங்களைப் பேசுகின்றன.

கற்பித்தல்

இவற்றை நூல் அமைப்பின் சங்கேதங்கள் என்றும் கொள்ளத்தகும்.

1. மொழிவாம் என்றல்
2. கூறிற்று என்றல்
3. தான் குறியிடுதல்
4. ஒருதலை அன்மை முடிந்தது காட்டல்
5. ஆணை கூறல்
6. பல்பொருட்கு ஏற்பின் நல்லது கூறல்
7. தொகுத்த மொழியான் வகுத்தனர் கோடல்
8. மறுதலை சிதைத்துத் தன் துணிபு உரைத்தல்
9. பிறன்கோட் கூறல்
10. அறியாது உடன்படல்
11. பொருள் இடை இடுதல்
12. எதிர்பொருள் உரைத்தல்
13. சொல்லின் எச்சம் சொல்லியாங்கு உணர்த்தல்
14. தந்து புணர்ந்து உரைத்தல்
15. ஞாபகம் கூறல்
16. உய்த்துக் கொண்டு உணர்த்தல்

என்ற பதினாறு உத்திகள் அவை. இந்த உத்திகளைக் கையாண்டு பிறருக்கு ஒரு நூலின் பொருளை நன்கு உணர்த்தலாம்.

மீண்டும் நன்னூலார் கற்பிக்கும் முறைகளைக் கூறுவதோடு ஒப்பிட்டால், அவர் மனநிகழ்வுகளுக்கு முக்கியத்துவம் தராமல் புறச் சடங்குகளுக்கு முக்கியத்துவம் தருவதையே காணலாம்.

ஈதல் இயல்பே இயம்பும் காலை
காலமும் இடமும் வாலிதின் நோக்கி

சிறந்துழி இருந்து தன் தெய்வம் வாழ்த்தி
என்பனவெல்லாம் புறச்செயல்களே.

உரைக்கப்படும் பொருள் உள்ளத்து அமைத்து
விரையான் வெகுளான் விரும்பி முகமலர்ந்து
கொள்வோன் கொள்வகை அறிந்து அவன் உளம் கொளக்
கோட்டமில் மனத்தின் நூல் கொடுத்தல் என்ப

இந்தப் பகுதியும், ஆசிரியன் மனப்பாங்கு எவ்வாறிருக்க வேண்டும் என விளக்கும் அளவுக்கு நூல் அறியும்—அறிவிக்கும் முறைகளை எடுத்துக் கூறவில்லை.

இவ்விதமாகத் தொல்காப்பியர் கூறும் பொருள்கோள் முறைகளை நாம் தேடி, உய்த்து, உணர்ந்துகொள்ள இயலும்.

சிதைவுகள்

ஒரு நூலாசிரியனின் பொருள் அவனை அறியாமலே எதிர்காலத்துக்கும் பொருந்துமாறு அமைதலுக்கு மொழியின் இயல்பு காரணமாகிறது. இலக்கியங்கள் காலத்தைத் தாண்டியும் வாழ்வதற்கு இது ஒரு முக்கியக் காரணம். தொல்காப்பியமும் அவ்வாறே இன்றைக்குப் புதிய கொள்கையாளர்களான பின்நவீனத்துவவாதிகள் பயன்படுத்தும் முறைகள் பற்றியும் சொல்லியிருக்கிறது என்று நாம் நோக்கலாம். தொல்காப்பியர் குறிப்பிடும் சிதைவுகளைத்தாம் இன்றைக்குப் பின்நவீனத்துவவாதிகள் தங்கள் உத்திகளாகக் கொள்கிறார்கள்.

1. கூறியது கூறல்
2. மாறுகொளக்கூறல்
3. குன்றக்கூறல்
4. மிகைபடக்கூறல்
5. பொருளில கூறல்
6. மயங்கக்கூறல்
7. கேட்போருக்கு இன்னா யாப்பிற்று ஆதல்
8. பழித்தமொழியான் இழுக்கம் கூறல்
9. தன்னான் ஒருபொருள் கருதிக்கூறல்
10. என்னவகையினும் மனக்கோள் இன்மை

ஆகியவை தொல்காப்பியர் குறிப்பிடும் சிதைவுகள். 'எதிர்மறுத்து உணரின் அத்திறத்தவும் குற்றமே' என்கிறார். இதை நாம் மாற்றி, இன்றைய நோக்கில் 'எதிர்மறுத்து உணர்ந்தாலும் அத்திறத்தவும்

நல்லதே' எனலாம். குறிப்பாக மறுவாசிப்பு எனப்படும் முறைக்கு எதிர்மறுத்து உணர்தல் மிகவும் அவசியமானது. இவற்றுள், கூறியது கூறல் என்பது repetition. இதனை இன்று நல்லதோர் உத்தியாகவே பயன்படுத்துகிறோம். மிக முக்கியமான விளம்பர உத்தி இது.

மாறுகொளக் கூறல் என்பது இன்று மயக்கம் தருகின்ற விஷயத்தைக் கூறுவது என்றோ தனக்குத்தானே முரண்படுதல் என்றோ பொருள்படாது. பிரச்சினைகளை எளிமைப்படுத்துவதற்கு பதிலாக அவற்றில் ஆழமாகக் கவனம் செலுத்துவதற்கு இயக்குகின்ற உத்தி இது எனப் பொருள்படும்.

குன்றக்கூறல் மிகை படக்கூறல் இரண்டையுமே அணியியலில் சேர்ப்பர் மேற்கு நூலார் (understatement, overstatement or hyperbole).

பொருளில கூறல், மயங்கக்கூறல் ஆகியவைகளும் மீப்புனை கதைகளின் (metafiction) உத்திகளாகவே இன்று கருதப்படுகின்றன.

பழித்த மொழியான் இழுக்கம் கூறல் என்பதை இன்றைய தலித்தியச் சொல்லாடல்களில் வரவேற்கின்றனர். கேட்போர்க்கு இன்னா யாப்பிற்று ஆதல் என்பதும் ஒரு தனித்த உத்தியாகவே பயன்படுத்தப்படுகிறது. அப்போதுதான் படிப்பவன் கவனம் நூலில் குவியும் என்பார்கள். தன்னான் ஒரு பொருள் கருதிக்கூறல் என்பது ஆசிரியனின் தனித் தன்மையை, அசலான தன்மையைக் காட்டுவதாக அமையும் (ஒரிஜினாலிட்டி). இதை உரையாசிரியர்களும் விமரிசகர்களும்கூட செய்யலாம். வாசிப்புக்கு அளவில்லை அல்லவா?

என்ன வகையினும் மனக்கோள் இன்மை என்பதை இன்றைக்குப் புரியாமல் எழுதுவது என்கிறோம். இதனையும் நவீனத்துவ, பின்நவீனத்துவ ஆசிரியர்கள் கையாளுவதைப் பார்க்கிறோம். உதாரணமாக, நவீனத்துவ ஆசிரியரான ஜேம்ஸ் ஜாய்ஸ் எழுதிய ஃபினிகன்ஸ் வேக் என்பதற்கு இன்றுவரை பொருள் புரியாமல் வாசகர்கள் திண்டாடுகின்றனர். தமிழிலும் இவ்வாறே பொருள் புரியாமல் எழுதும் எழுத்தாளர்கள் உள்ளனர் என்பதை அறிவீர்கள்.

இவை தொல்காப்பியர் குறிப்பிடும் சிதைவுகள். 'எதிர் மறுத்து உணரின் அத்திறத்தவும் குற்றமே' என்கிறார் தொல்காப்பியர். இதை நாம் மாற்றி, இன்றைய நோக்கில், 'எதிர்மறுத்து உணரின் அத் திறத்தவும் நன்மையே' எனலாம். குறிப்பாக மறுவாசிப்பு எனப்படும் முறைக்கு எதிர்மறுத்து உணர்தல் மிகவும் அவசியமானது.

இதுவரை சொல்லப்பட்டவை, தொல்காப்பியத்தை மேம்போக்காக வாசித்தபோது எனக்குக் கிடைத்த கருத்துகள். இன்னும் ஆழ்ந்து வாசித்தால் இத்துறையில் மிகுதியான கருத்துகள் தொல்காப்பியம் என்னும் வைரச்சுரங்கத்திலிருந்து மேலும் மேலும் கிடைக்கும்.

10

தொல்காப்பியரின் சிறப்புப் பொருள்கோள் முறைகள்

தொல்காப்பியப் பொருள்கோள் பற்றிக் கூறிய பல கருத்துகள் முன் தலைப்புகளில் பார்க்கப்பட்டன. அவற்றை ஒட்டி இந்த இயலில் இறுதியாகச் சில செய்திகள். தொல்காப்பிய ஒழுங்கமைவில், குறிப்புப் பொருள் என்பதற்கு முக்கிய இடம் இருக்கிறது. சூழ்நிலை வாய்க்கும் போதெல்லாம், சொல்லுக்கு இருவகை அர்த்தங்கள் இருப்பதை வலியுறுத்தி வருகிறார் தொல்காப்பியர். இவற்றை வெளிப்படை—குறிப்பு என்பது மரபு. பொருட்குறிப்பு மாறு படுவதால் அர்த்தங்களும் இடத்தாலும் காலத்தாலும் வேறுபடுகின்றன. பொருட்குறிப்பு நிலையை ஆழமாக உய்த்துணரும்போது, ஒரு பனுவலிலேயே பலவகை அர்த்தங்கள் தோன்றுவதை நோக்கி வியப்பும் மகிழ்ச்சியும் அடைகிறோம்.

பாட்டில் குறிப்புப் பொருள்

எழுத்தொடும் சொல்லொடும் புணராதாகிப்
பொருள் புறத்ததுவே குறிப்பு மொழியே (செய்யு. 179)

என்று தொல்காப்பியர் பொதுவாகக் குறிப்பு என்பதை விளக்குகிறார். இங்கு வடமொழியின் தொனி போன்று பனுவலுக்குப் புறத்தில் தோன்றுவதைக் குறிப்பு என்று தொல்காப்பியர் கொள்வதாகத் தெரிகிறது.

பிறிதொடு படாது பிறப்பொடு நோக்கி
முன்னை(ன) மரபின் கூறுங்காலைத்
துணிவொடு வரூஉம் துணிவினோர் கொளினே (உவம. 23)

முன்னை மரபா, முன்ன மரபா என்ற பாட வேறுபாடு முக்கியமானது. முன்ன மரபு என்று கொள்வது சிறப்பாகத் தோன்றுகிறது. முன்னம்

என்பதற்கு உய்த்துணர்தல் என்ற அர்த்தம் இருக்கிறது. எனவே இலக்கியத் துணி(வு)பு கொண்டவர்கள், முன்னத்தினால் உரைப்பது குறிப்பு எனலாம். அதைக் காணும்போது பிறவற்றோடு பொருத்தி நோக்காமல் அதன் பிறப்போடு மட்டுமே சார்த்திக் கூற வேண்டும் .

குறிப்பு என்பதும் உள்ளுறை என்பதும் ஒன்றா வேறா என்ற கேள்வி எழுகிறது. இதற்குப் பனுவலைக் கொண்டு மட்டுமே தெளிவு காணவேண்டும் என்பது தொல்காப்பியர் கருத்துப் போலத் தோன்றுகிறது.

பனுவலுக்குள்ளும் பனுவலுக்கு வெளியிலும்

முன்பே கூறியவாறு குறிப்புமொழி என்பது பனுவலுக்குப் புறத்தில் உருவாகிறது என்பது தொல்காப்பியர் கருத்து. ஆனால் உள்ளுறை என்ற சொல், உள் + உறை என ஆவதனால், பனுவலுக்கு உள்ளே உறவைது என்ற அர்த்தத்தைத் தருகிறது. எனவே குறிப்பு என்பது பனுவலுக்கு வெளியிலும், உள்ளுறை என்பது பனுவலுக்கு உள்ளும் தோன்றுபவை எனப் புலனாகிறது.

உடனுறை உவமம் சுட்டு நகை சிறப்பெனக்
கெடலரும் மரபின் உள்ளுறை ஐந்தே *(பொருளி. 48)*

என்று உள்ளுறையின் பிரிவுகளைச் சொல்கிறார். இவற்றில் உவமம் என்பதை உள்ளுறை உவமை என்றே யாவரும் கொண்டிருக்கிறார்கள். எனவே உள்ளுறை உவமம், பனுவலின் உள்ளிருந்து விளையும் குறிப்புப் பொருளாகும்.

உவமப் போலி ஐந்தென மொழிப *(உவம. 24)*

இதனால் உள்ளுறை ஐந்து வகைப் பட்டது போலவே உள்ளுறை உவமையும் (உவமப் போலியும்) ஐந்து வகைப்பட்டது என்று தொல்காப்பியர் கூறுகிறார். இறைச்சி இதற்கு மாறுபட்டது.

இறைச்சிதானே பொருட்புறத்ததுவே. *(பொருளி. 35)*

இறைச்சியில் பிறக்கும் பொருளுமார் உளவே
திறத்தியல் மருங்கின் தெரியுமோர்க்கே. *(பொருளி. 36)*

என்று அழகாக இறைச்சிக்கு அர்த்தம் கூறியிருக்கிறார் தொல்காப்பியர். இறைச்சி என்பது தொனிப்பொருளை அல்லது suggestion-ஐ ஒத்தது. அது பனுவலுக்குப் புறத்தில் தோன்றுவது என்பதில் வேறுபாடில்லை. அதை மேலும் சிறப்பானதொரு கோட்பாடாக வளர்த்திருக்கலாம். ஆனால்,

அன்புறுதகுந இறைச்சியுள் சுட்டலும்
வன்புறையாகும் வருந்திய பொழுதே (பொருளி. 37)

என்று திடீரெனச் சுருக்குவதால், கோட்பாட்டு உருவாக்கத்திற்கான சாத்தியத்தைத் தொல்காப்பியர் மறுத்துவிடுகிறார் என்றே கூற வேண்டும்.

அந்தமில் சிறப்பின் ஆகிய இன்பம்
தன்வயின் வருதலும் வகுத்த பண்பே (பொருளி. 49)

என்றும் அதுபற்றிக் கூறுகிறார். இங்கு கூறப்படும் அந்தமில் சிறப்பின் ஆகிய இன்பம் எது? ஓர் இறைச்சி அல்லது தொனிப் பொருளை, குறிப்புப் பொருளைக் காண்பது மிகக் கடினம். அதைக் கண்டு பிடிக்கும்போது கிடைக்கும் இன்பத்திற்கு, கடினமான சிக்கலான கணக்கு ஒன்றின் தீர்வு கண்ட இன்பத்தை மட்டுமே ஒப்பாகக் கூறமுடியும். இதைத்தான் அந்தமில் சிறப்பின் ஆகிய இன்பம் என்கிறார் தொல்காப்பியர். உணர்ச்சிகளைப் புரிந்து கொள்வது இலக்கியத்தில் எளிதன்று.

நோயும் வேட்கையும் நுகர்வும் என்றாங்கு
ஆவயின் வரூஉம் கிளவி எல்லாம்
நாட்டிய மரபின் நெஞ்சு கொளின் அல்லது
காட்டலாகப் பொருள என்ப

இதுவும் பனுவலின் உள்ளே உறைவதுதான். தொல்காப்பியம் குறிப்பிடும் 'சிறப்பு' என்பது, இவ்வாறு உணர்ச்சிகளைச் சிறப்புறக் கண்டுகொள்வதே என்று தோன்றுகிறது. இதைத் தொடர்ந்து வரும்

மங்கல மொழியும் வைஇய மொழியும்
மாறில் ஆண்மையின் சொல்லிய மொழியும்
கூறிய மருங்கின் கொள்ளும் என்ப (பொருளி. 50)

என்ற நூற்பாவிலும் சிறப்பினைப் பற்றியே சொல்கிறார் என்று கொள்ளலாம். வைஇய மொழி என்பது ஏற்கெனவே அங்கதம் (வசை) எனக் குறிப்பிட்டாகிவிட்டது. பிற இரண்டு பற்றிய தெளிவும் போதவில்லை.

உள்ளுறை உவமை, இறைச்சி என்னும் இரண்டிற்கான வேறுபாடு களைப் பலரும் தெளிவுபடுத்தியோ குழப்பியோ உள்ளனர். அக்கால மு. இராகவையங்கார், வேங்கடராஜுலு ரெட்டியார் முதல் இக்காலத்தவர்வரை பலரும் பலவிதமாக இவற்றுக்கு விளக்கம் அளிக்க முனைந்துள்ளனர். ஆனால் இவற்றுக்கிடையிலான வேறுபாடு எளியது. சுருங்கச் சொல்லின்,

பனுவலுக்குள் உருவாகும் குறிப்புப் பொருள் என்பது அது உள்ளுறை உவமம் ஆகிய ஐந்தும் ஆகும்.

பனுவலுக்கு வெளியே (புறத்து) உருவாகும் குறிப்புப் பொருள் என்பது இறைச்சி ஆகும்.

பனுவலுக்குள் சொற்களினால் உருவாவதனால்தான் அதில் பலவேறு பிரிவுகள் ஏற்படுகின்றன. பனுவலுக்குப் புறத்தில் என்னும்போது அதில் பிரிவுகள் கிடையாது. இறைச்சி என்னும் ஒன்றே ஒன்றுதான்.

பனுவலுக்குள் - உள்ளுறை உவமம்

சேற்றுநிலை முனைஇய செங்கட் காரான்
ஊர்மடி கங்குலின் நோன்தளை பரிந்து
கூர் முள் வேலி கோட்டின் நீக்கி
நீர்முதிர் பழனத்து மீனுடன் இரிய
அந்தூம்பு வள்ளை மயக்கித் தாமரை
வண்டூது பனிமலர் ஆரும் ஊர (அகம். 46)

இதன் பொருளை வ.சுப. மாணிக்கனாரின் சொற்களில் காண்போம்.

ஓர் எருமை தனக்கெனக் கட்டிய கொட்டிலை வெறுத்தது. வீட்டார் தூங்கும் நள்ளிரவில் தன் கயிற்றை அறுத்துக் கொண்டது. வீட்டு முள்வேலியைத் தன் கொம்பினால் எடுத்தெறிந்தது. பின்னர் நேரே நீர்மிக்க வயலுக்குள் மீன்கள் ஓடவும் வள்ளைக் கொடிகள் சிதையவும் வேகமாகச் சென்று வண்டுகள் ஒலிக்கும் தாமரை மலரைத் தின்றது... இதன் உள்ளுறை என்ன? தலைவன் தனக்கென வரைந்த மனைவியையும் மகனையும் உவர்த்தான். இல்லத்தார் எல்லாரும் தூங்கும் நடுயாமத்தில் நாணமின்றிப் பரத்தையை விழைந்தான். கிளையேறிக் குதித்து வீட்டு வேலியைக் கடந்தான். நேரே பரத்தையர் சேரிக்குச் சென்றான். அங்குப் பரத்தையின் தோழியும் தாயும் இருந்தனர். பொருளால் அவர்களை மயக்கிப் புறம் போகச் செய்தான். பாணர்கள் இசை வாசிக்க இளம் பரத்தையை நுகர்ந்தான். இந்தச் செயல்கள் இயல்பாக நிரலாக நிகழ்ந்தவை. இவன் செயல்களின் ஒவ்வொரு கூறும் புலப்பட வேண்டும் என்று எருமைக்கு அனைத்து இடங்களையும் செயல்களையும் ஏற்றி நிகழ்த்திக் காட்டினார் புலவர் (தமிழ்க்காதல், ப. 161).

இது உள்ளுறை உவமை. பனுவலுக்குள் என்று சொல்லக் காரணம்,

எருமையின் ஒவ்வொரு செயலும் தலைவனுக்கு ஒன்றுக்கு ஒன்று அப்படியே பொருந்துவது போல அமைந்துள்ளது. இது ஒரு நீண்ட உவமை. தலைவன் = எருமை, நோன்தளை பரிதல் = வீட்டின் (இல்லற) வேலியைக் கடத்தல், பழனம் = பரத்தையர் சேரி என உவமை ஒவ்வொன்றிற்கும் ஒரு பொருள் அமைகிறது. இதனால் இதைத் தொடர் உருவகம் (allegory) என்பர். நாம் கொள்ளவேண்டிய அனைத்துக் குறிப்புச் சொற்களும் பாட்டிற்குள் உள்ளன. ஆகவேதான் உள்-உறை, அதாவது கவிதைக்குள்ளேயே உறையக்கூடிய உவமை இது என்று சொல்லப்படுகிறது. பனுவலுக்குப் புறத்தில் சென்று பொருள்தேட வேண்டிய அவசியம் இதில் இல்லை.

உள்ளுறை உவமத்தின் இயல்புகளைச் சங்க இலக்கியத்தில் பழகியோர் அறிவர். அதை எளிதாகவே கண்டுபிடிக்கலாம். ஒரு வருணனை வரும். அந்த வருணனையின் ஒவ்வொரு கூறும் வேறொன்றிற்குப் பொருந்துமாறு இருக்கும். ஆகவே தலைவனின் ஊரை வருணிக்கும் வருணனையில் பெரும்பாலும் இடம்பெறும். குறிஞ்சித்திணை, மருதத்திணைகளில் பெருமளவு அமையும். (வரைவு கடாவுதலுக்கும் தலைவனைப் பரத்தமையிலிருந்து விலக்க அறிவுரை கூறவும் உதவும்). அகப்பாட்டுகளில் மட்டும் சிறப்புப் பெறும். புறத்தில் இவ்விதம் ஒன்றுக்கு ஒன்று என அமைவது கடினம்.

பனுவலுக்கு வெளியே - இறைச்சி

காலே பரிதப் பினவே கண்ணே
நோக்கி நோக்கி வாளிழந் தனவே
அகலிரு விசும்பின் மீனினும்
பலரே மன்ற இவ் வுலகத்துப் பிறரே (குறுந். 44)

இது யார் கூற்று என்பதற்கோ, எதைப் பற்றியது என்பதற்கோ பாட்டினுள் எவ்வித ஆதாரமும் இல்லை. யார் கூற்று என்பதிலேயே கருத்து மாறுபாடு இருந்ததனால்தான் இராகவையங்கார் இதைத் தலைவி கூற்று என்றும், உ. வே. சா. இதனைச் செவிலி கூற்று என்றும் கொண்டுள்ளனர்.

இந்தப் பாட்டு எந்தச் செயலைப் பற்றியது, எதற்காகச் சொல்லப் படுகிறது? பாட்டின் பொதுவான கருத்தை நோக்கும்போது யாரோ யாரையோ தேடி அவர் கிடைக்காமையால் வருத்தம் கொள்வதைப் புலப்படுத்து கிறது. அகப்பாட்டின் வரன்முறையால் இதனைச் செவிலி கூற்று என்று கொள்கிறோம். தலைவி கூற்றாகக்கொண்டால், ‘கண்ணே

நோக்கி நோக்கி வாளிழந்தனவே' என்ற தொடருக்கு 'தலைவி இடைவிடாமல் வருவோர் போவோரை நோக்குவதால் அவள் கண்கள் ஒளியிழந்தன' என்ற அர்த்தம் வரும்.

இது தலைவிக்கு இயல்பன்று என்பதால் தலைவி கூற்றாகக் கொள்ள முடியாது. அதே அகப்பாட்டின் வரன்முறையால் செவிலி, உடன்போக்கில் சென்ற தலைவியையும் அவளை அழைத்துச் சென்ற தலைவனையும் தேடுகிறாள் என்று கொள்கிறோம். இது செய்யுள் வழக்காற்றின் வழி.

1. காலே பரிதப் பினவே, கண்ணே வாளிழந் தனவே என்று விட்டிசைக்குமாறு சீர்கள் அமைக்கப்பட்டிருப்பதால் செவிலியின் சோகவுணர்ச்சி நமக்கும் தொற்றுமாறு உள்ளது.

2. நோக்கி நோக்கி என்ற இரட்டைச் சொல்லுக்கான கருவி கண். அது போல முதலடியில் காலின் செயல் வருணிக்கப் படாமையால், உ.வே. சாமிநாதையர், நடந்து நடந்து என்று வருணிக்கிறார். அவ்வாறு குறிப்பிடாமையே கவிதையின் சிறப்பாக அமைகிறது.

3. பாலையில் நெடுந்தூரம் ஆணும் பெண்ணுமாக இணைந்து வருவோரை நோக்கி நோக்கி, இவர் நம் மகளும் அவள் தலைவனும் போலும் என்று எண்ணி அவரையே கூர்ந்து நோக்கி, அணிமையில் வர அவர் அல்லர் என்று அறிந்து, பின்னும் இங்ஙனம் வருவோரை இப்படியே நோக்கிச் செவிலி மனம் வெறுத்தாள் என்ற சாமிநாதையர் விளக்கம் சிறப்பாக அமைந்துள்ளது.

4. தொடர்ந்து வரும் மூன்று ஏகாரங்களும், தேற்றப் பொருளில் அமைந்து, செவிலி தன் மகளையும் அவள் தலைவனையும் காணாத சோக உணர்ச்சியை மிகுதிப்படுத்துகின்றன.

5. 'அகலிரு விசும்பின் மீனினும் பலரே' என்ற தொடர், தான் ஒரு காதற்சோடியைத் தேடி வந்தோம், ஆனால் இவ்வாறு உலகத்தில் பலப்பலர் இருக்கிறார்கள் என்ற தெளிவைச் செவிலிக்கு அளித்து, படிப்போர்க்கும் உலகியலைத் தெளிவுறுத்துகிறது.

'கால்கள் தள்ளாடும் நிலையை அடைந்தன, கண்கள் பார்த்துப் பார்த்துப் பூத்துப் போயின, இந்த உலகத்தில் பிறர் விண்மீன்களின் எண்ணிக்கையைவிட மிகுதியாக இருக்கிறார்கள்' என்பது இந்தப் பனுவல் நேராகச் சொல்லுவது. இதில் சொல்லப்படுவது குறைவு.

இதை வைத்து நாம் அதிகமாக எவ்வளவோ யூகிக்க முடிகிறது. இதுதான் இறைச்சி. ஏனெனில் மேலே கூறப்பட்ட செய்தி எதுவும் பாட்டிற்குள் இல்லை. இந்தச் சொற்களை வைத்து வேறுவகையாகவும் யூகிக்க இடமிருக்கிறது என்பதற்காகவே இராகவையங்கார் பொருள் கண்ட முறை காட்டப்பட்டது. உள்ளுறை உவமையில் இப்படிப்பட்ட தன்மை கிடையாது.

அங்கதம் என்பதும் பாட்டின் புறத்தில் பொருள்கொள்ள நிற்பதுதான். அதனால் அது அகம்-புறம் இரண்டிலுமே பயின்று வருகிறது. சான்றாக, ஔவையார் பாடிய புறப்பாட்டு 94, ‘இவ்வே பீலி அணிந்து மாலை சூட்டி’ என்று தொடங்குவது, ஔவையார் தொண்டைமானைக் குத்திக் காட்டுவது போல (வசை) அமைகிறது. அதனால் இது அங்கதமாகிறது. மேற்காட்டிய செய்தி, அதாவது ‘அதியமான் இடைவிடாமல் போர் செய்வதால் அவன் கருவிகள் சிதைந்துள்ளன, நீ அவ்வாறில்லை’ என்பது, பாட்டிற்குள் இல்லை என்பது கவனிக்க வேண்டியது. எனவே அங்கதமும் பாட்டின் புறத்தே பொருள் கொள்வதாகின்ற குறிப்பின் ஒருவகை ஆகிறது.

மனிதப்படுத்தலும் இலக்கணையும்

தொல்காப்பியர் மனிதப்படுத்தல் (பெர்சானிஃபிகேஷன்), இலக்கணை (அபாஸ்ட்ரஃபி) என்ற இரண்டையும் குறிப்பிடுகிறார். மனிதப் படுத்தல் என்பது அஃறிணைப் பொருள் ஒன்றிற்கு உயர்திணை ஆகிய மனிதப் பண்புகளைத் தருவது. சான்றாக, ‘கதிரவன் குணதிசைச் சிகரம் வந்தணைந்தான்’ என்னும்போது கதிரவன் என்ற அஃறிணைப் பொருளுக்கு மனிதப் பண்பு ஏற்றி ஆடவனாக மனத்தில் கொள்கிறோம். அதனால்தான் அணைந்தான் என அன் விகுதியிட்ட வினையைப் பயன்படுத்துகிறோம்.

‘கதிரவன் குணதிசைச் சிகரம் வந்து அணைந்தான், கனை இருள் அகன்றது காலை அம் பொழுதாய்’ என்பது ஆழ்வார் திருப்பள்ளி எழுச்சி. கதிரவன், இருள் என்ற இரண்டும் அஃறிணை ஆயினும், கதிரவனை உயர்திணையிலும் இருளை அஃறிணையிலும் குறிப்பிடுவதால், ஒளியின் உயர்வும், இருளின் தாழ்வும் சொல்லப் படுகின்றன.

மேலும், குறிப்பாக, அறிவு வரும்போது அறியாமை அகன்று விடியல் நிகழ்கிறது என்ற அர்த்தத்தையும் இது தருகிறது. மாறாக, அஃறிணைப் பொருளே உரையாடலில் பங்கேற்பது போல, அதனை

விளித்துச் சொல்வதுபோல அமையும்போது அது இலக்கணை எனப்படுகிறது.

உறுப்புடையதுபோல் உணர்வுடையதுபோல்
மறுத்துரைப்பதுபோல் நெஞ்சொடு புணர்த்தும்
சொல்லா மரபின் அவற்றொடு கெழீஇச்
செய்யா மரபின் தொழிற்படுத்து அடக்கியும்
அவரவர் உறுபிணி தமபோற் சேர்த்தியும்
அறிவும் புலனும் வேறுபட நிறீஇ... (பொருளியல் 2)

உணர்ந்த போல உறுப்பினைக் கிழவி... (பொருளியல் 8)

உடம்பும் உயிரும் வாடியக் கண்ணும்
என் உற்றன கொல் இவை எனின் அல்லது... (பொருளியல் 9)

உண்டற்குரிய அல்லாப் பொருளை
உண்டன போலக் கூறலும் மரபே (பொருளியல் 19)

ஆகிய நூற்பாக்கள், அஃறிணைப் பொருள்கள், உறுப்புகள், உடல், உயிர், மனம் போன்றவற்றை உயர்திணையாகக் கொள்ளும் மரபினைக் காட்டுகின்றன. இவை யவும் மனிதப்படுத்தல் என்பதில் அடங்கும். ஆனால்,

ஒருசிறை நெஞ்சமொடு உசாவுங்காலை
உரியதாகலும் உண்டென மொழிப (பொருளியல் 10)

ஞாயிறு திங்கள் அறிவே நாணே
கடலே கானல் விலங்கே மரனே
புலம்புறு பொழுதே புள்ளே நெஞ்சே
அவையல பிறவும் நுதலிய நெறியான்
சொல்லியாங்கு அமையும் என்மனார் புலவர் (செய்யுளியல் 200)

இந்த நூற்பா, அஃறிணைப் பொருள்களை விளிப்பது பற்றியும் அவற்றோடு உசாவுதல், அவை சொல்லுதல், கேட்டல் பற்றியும் கூறுவதால் இது இலக்கணை என்ற பொருள்கோள் மரபின்பாற் படுகிறது. மனிதப் படுத்தலில், அஃறிணையை உயர்திணை ஆக்குதல் வெளிப்படையாகவே நிகழ்கிறது. இலக்கணையிலோ அது குறிப்பாக நிற்கிறது. 'கடலே, நீயும் என்னைப் போல அலைக்கழிப்புக்கு ஆளாயினையோ?' என்பது இலக்கணை.

அஃறிணைப் பொருளை விளித்துப் பேசுதல். கடல் உயர்திணை ஆக்கப்படுவது நேரடியாகச் சொல்லப்படாவிட்டாலும், உயர்திணை மாந்தரின் உரையாடலைச் செவிமடுத்தல், அவ்வுணர்களுக்கு எதிர்

உரைத்தல் போன்ற செயல்களால் அது உயர்திணை ஆக்கவும் விளிக்கவும் படுகிறது.

மாட்டெறிதல்

பொருள்கோள் வகையில் மாட்டேறு என்பதும் ஒன்று. நச்சினார்க் கினியர் தேவையுடனும் தேவையின்றியும இதனைத் தம் உரையில் கையாண்டு ஒரு பிராபல்யத்தை இதற்கு அளித்துவிட்டார்.

அகன்று பொருள் கிடப்பினும் அணுகிய நிலையினும்
இயன்று பொருள் முடிய
தந்தனர் உணர்த்தல் மாட்டென மொழிப   (செய்யுளியல் 210)

என்று அதற்கு இலக்கணம் உரைக்கிறார் தொல்காப்பியர். இக்காலத் தமிழிலும், ஏதாவது ஒரு பொருளை வேறிடத்தில் கொண்டுபோய்த் தொங்கவிடுவதை மாட்டுதல் என்கிறோம். வேறிடத்தில் இருந்த ஒருவன் நம்மிடம் சிக்கும்போது மாட்டிக்கொண்டான் என்கிறோம். அதுபோல் ஒரு கவிதையின் அடிதொடர் முதலியவற்றை இங்கிருப்பதை அங்கும் அங்கிருப்பதை இங்கும் கொண்டுபோய்ப் பொருத்துவதை மாட்டு என்று கூறினார்கள் போலும்.

பத்துப்பாட்டு முழுவதுமே மாட்டிலக்கணத்தின்படி எழுதப்பட்டது என்பது நச்சினார்க்கினியர் துணிபு. 'மாட்டிலக்கணத்தான் இப்பாட்டுப் பத்தும் செய்தார்கள் ஆதலின் இவ்வாறே மாட்டி முடித்தல் யாண்டும் வரும் என்று உணர்க' என்பது திருமுருகாற்றுப்படை அடி 43-44க்கு அவரது உரை. சான்றாக, அவர் திருமுருகாற்றுப் படையில் 1-42 அடிகளுக்குப் பின்வருமாறு முடிபுரைக்கிறார்.

அடியினையும் (13) காலினையும் நுசுப்பினையும் தோளினையும் (14) துகிலினையும் (15) அல்குலினையும் (16) வனப்பினையும் (17) இழையினையும் (18) மேனியினையும் (19) உடைய சூரர மகளிர் என்று பொருள் கொள்வது கிடந்தவாறே கொள்ளலாகும். இதனை வெற்பில் (12) என்று கொண்டுசென்று அடுக்கத்து (42) என மீண்டு வருவது மாட்டேறு. இதனைக் கிடந்தவாறே பொருள் கொள்ள முடியும் என்றாலும், நச்சினார்க்கினியர் இவ்வாறு முன்னும் பின்னும் கொண்டு செல்வார். இதுதான் மாட்டேறு. அகன்று வந்த மாட்டு, அணுகி வந்த மாட்டு என்று இதற்கு வகையும் சொல்வார்.

இவை போன்ற பொருள்கோள் உத்திகளைத் தொல்காப்பியத்திலும் பழைய தமிழ்நூல்களிலும் மிகுதியாகக் காணலாம்.

முடிவுரை
நிறைவு என்பது இல்லை

பொருள் கொள்ளும் செயல்முறை முடிவற்ற ஒன்று. ஏனெனில் அர்த்தம் என்பதே முடிவில்லாத ஒன்று. எந்த ஒரு விளக்கமும் எல்லா அர்த்தங்களையும் தன்னுள் அடக்க முடியாது என்பதால் ஒவ்வொரு விளக்கமும் எல்லைக்குட்பட்டது, ஆகவே தற்காலிகமானது என்பது ஷ்லியர்மேக்கரின் கொள்கை. இந்த நூலைப் படிக்கும் ஒவ்வொரு வருக்கும், ஷ்லியர்மேக்கர் தோன்றுவதற்குப் பதினேழு பதினெட்டு நூற்றாண்டுகளுக்கு முன்பிருந்த தொல்காப்பியர் எவ்வளவு சிறப்பாக, அழுத்தமாக, மேற்கண்ட செய்தியைக் கூறியுள்ளார் என்பது வியப்பைத் தரும்.

சென்ற நூற்றாண்டின் நிகழ்வுவாதத் தத்துவ அறிஞர்களில் முக்கியமானவரான மார்ட்டின் ஹைடெக்கர், மானிடத் துறைகளை விளக்கும் துறையாக மட்டும் பொருள்கோள் இல்லை, மனித இருப்பின் நிலையை அறிந்துகொள்வதற்கே மிகச் சரியாக உதவக் கூடியது அது என்று கண்டறிந்தார். தமிழர்களாகிய நாமும் நமது இருப்பினை முற்றிலும் அறிந்துகொள்ளப் பொருள்கோள் துறை உறுதியாக உதவும் என்று கூறலாம்.

பனுவலில் புகுந்து அதில் தோய்ந்துவிடும் ஒரு செயல்முறைதான் பொருள்கோள். அப்போது புறவுலகை வாசகன் மறந்துவிடும் நிலை ஏற்படுகிறது. இதையும் தொல்காப்பியர் சில குறிப்பிட்ட இடங்களில் வலியுறுத்தியுள்ளார். இதே கருத்தை கடாமரும் கூறியிருக்கிறார். ஒரு விளையாட்டை உதாரணமாகக் கூறி, அதில் பங்கேற்பவர்கள் எவ்விதம் அதன் ஒரு பகுதியாக மாறிவிடுகிறார்களோ அவ்விதமே வாசகனும் பொருள்கோளுக்கென முயலும்போது பனுவலில் மூழ்கிவிடுகிறான் என்கிறார்.

பொருள்கோள் மிகப் பெரிய துறை. விவிலியத்தின் பொருள் தேடுவதில் தொடங்கிய இது, இறையியல்-பொருள்கோள், சட்டப்-பொருள்கோள், தத்துவப்-பொருள்கோள், அறிவியல்- பொருள்கோள், இலக்கியப் பொருள்கோள் எனப் பலவேறு துறைகளாகப் பல்கிப் பெருகியுள்ளது. அவை அனைத்தையும் சுட்டிக் காட்டுவதற்கும் இங்கு இடம் போதாத நிலை. ஆர்வமுள்ளவர்கள் அவ்வத் துறைகளில் ஏற்பட்டுள்ள வளர்ச்சிகளைக் கண்டு பயில்வது நல்லது.

இந்தச் சிறு புத்தம் தொல்காப்பியத்தை மட்டுமே ஓரளவு பார்வைக்குக் கொண்டுள்ளது. இலக்கியம் எதையுமே-நாவல், சிறுகதை, கவிதை என யாவற்றையும், பொருள்கோள் நோக்கில் அணுக முடியும். ஆனால் அவற்றுக்குத் தனியாகத்தான் நூல்கள் எழுத வேண்டும். அல்லது நூல்களை வாசிக்க வேண்டும்.

தொல்காப்பியர் பகுத்தறிவு நோக்கினை வலியுறுத்தினாலும், வாசக மைய நோக்கை முதன்மையாக வலியுறுத்துபவர் என்பது நமக்கு வியப்பளிக்கிறது. மேலும் அர்த்தங்கள் நழுவிச் செல்வதையும் அவர் குறிப்பிட்டிருக்கிறார். சென்ற சில நூற்றாண்டுகளில் மேற்கில் வளர்ந்த பொருள்கோள்துறை முதன்மையாக முன்வைத்த கருத்துகள் பல தொல்காப்பியத்தால் சுட்டிக் காட்டப்பட்டுள்ளமை நமக்கு வியப்பையும் மகிழ்ச்சியையும் அளிக்கிறிது.

இந்நூல், தொல்காப்பியப் பாயிரம், நூல் பற்றிய கருத்துகள் போன்றவற்றில் காணப்படும் சில சிக்கல்களைச் சுட்டிக் காட்டியுள்ளது. தொல்காப்பியர் எவ்விதம் பொருள் கொள்வதில் நேர்க்காட்சி நோக்கை வலியுறுத்துகிறார் என்பதை ஓரளவு விளக்கி யுள்ளது. தொல்காப்பியர் கையாளும் பொருள்கோள் முறைகள் சிலவற்றையும் விளக்கியுள்ளது. இந்த நூலில் நான் வகுத்துக்கொண்ட எல்லை இவ்வளவுதான்.

முன்னுரையில் குறிப்பிட்டது போல, மிகச் சிறிய இந்த நூல், தொல்காப்பியத்தை நாம் எவ்வழிகளில் பொருள்கோள் துறைகளில் அணுக இயலும் என்பதற்கு ஒரு கோடு போட்டுக் காட்டியுள்ளது. அதனைப் பெரியதொரு கோலமாக வரைய முற்படுவது இனிவரும் திறனாய்வாளர்களின் கடமை.

நாம் எவ்விதம் தொல்காப்பியத்தை விளக்கப் பொருள்கோள் துறையைப் பயன்படுத்தலாம் என்பது ஒன்று; தொல்காப்பியம் தானே, தன்னளவில் எவ்விதம் ஒரு பொருள்கோள் விளக்க நூலாக

அமைந்துள்ளது என்பது இரண்டு. இந்த இரண்டில் ஓரளவு இரண்டாவது பகுதி மட்டுமே விளக்கப் பட்டுள்ளது. உண்மையில் நாம் ஆழ்ந்த கவனம் செலுத்த வேண்டியது முதல் பகுதியில்தான்.

அதற்குப் போதிய நூல்கள் (ஐந்திரம் போன்றவை) இப்போது கிடைக்குமா என்பது ஐயத்திற்குரியது. அஷ்டாத்யாயீ, தொல் காப்பியத்திற்கு மிகவும் பிற்பட்டது என்பதில் சந்தேகமில்லை. ஆனால் எட்டு வேற்றுமை என்ற கருத்து வடமொழி மரபில் முன்னமே இருந்திருத்தல் வேண்டும். அதைத் தாம் எடுத்துக் கொள்வதாகத் தொல்காப்பியர் கூறுகிறார். வேற்றுமை ஏழு என்பதுதான் தமிழ்மரபு (வேற்றுமைதாமே ஏழென மொழிப) எனக் கூறிவிட்டு, விளியோடு சேர்த்தால் எட்டாகிறது, அதை நான் எனது கருத்தாக மேற்கொள்கிறேன் என்று தொல்காப்பியர் கூறுவது பொருந்தவில்லை. இம்மாதிரி இடங்களில் குறைந்தது அஷ்டாத்யாயீ போன்ற வடமொழி இலக்கண நூல்களையும் தொல்காப்பியத்தையும் ஒப்பிட்டு ஆராய்வது தேவைப்படுகிறது. தொல்காப்பிய ஆய்வுக்கு உரையாசிரியர்கள் எல்லாருடைய நூல்களிலும் ஆழ்ந்த புலமை தேவை. மேலும், நவீன உரையாசிரியர்களாகிய பின்னங்குடி சா. சுப்பிரமணிய சாஸ்திரியார் எழுதிய தொல்காப்பிய எழுத்ததிகாரக் குறிப்பு, சொல்லதிகாரக் குறிப்பு போன்ற நூல்களையும், பொருளதிகாரத்திற்கு மு. இராகவையங்கார் எழுதிய விளக்கத்தையும், நாவலர் சோமசுந்தரப் பாரதியார், இலக்குவனார் போன்றோர் எழுதிய விளக்கங்களையும், இன்றைய நம்நாட்டு, மேற்கத்திய மொழியியலாளர்கள் கூறும் விளக்கங்களையும் போன்ற யாவற்றையும் கருத்தில் வைத்துக்கொண்டுதான் தொல்காப்பியம் பற்றிய பொருள்கோள் துறையில் கால்வைக்க முடியும்.

எனவே இது ஒரு மிகப் பரந்த, அதேசமயம் ஆழமான அறிவை வேண்டுகின்ற ஒரு துறை என்பதில் ஐயமில்லை. இந்தத் துறையில் ஈடுபடுவோர்க்குத் தமிழுடன் சமஸ்கிருதம், பிராகிருதம், ஆங்கிலம் ஆகியவற்றின் புலமை இன்றியமையாதது. பிற திராவிட மொழிகளின் புலமையும் வேண்டப்படலாம். இத்தகு ஆழமான இலக்கணப் புலமை கொண்டோர் தொல்காப்பியப் பொருள்கோள் துறையில் ஈடுபட முன்வர வேண்டும். இது காலத்தின் தேவை.

உசாத்துணை

அரவிந்தன், மு. வை. உரையாசிரியர்கள், *மணிவாசகர் பதிப்பகம்*, சென்னை, 2008.

கணேசய்யர் (பதி), தொல்காப்பியம், நான்கு தொகுதிகள், *உலகத் தமிழாராய்ச்சி நிறுவனம், சென்னை.*

சண்முகம், செ. வை., கவிதை மொழி, *மணிவாசகர் பதிப்பகம்*, சென்னை, 2000.

சண்முகம், செ. வை., யாப்பும் நோக்கும், *மெய்யப்பன் பதிப்பகம்*, சிதம்பரம், 2006.

சுப்பிரமணியன், ச.வே., தொல்காப்பியம் மூலம், *தமிழ் இலக்கண நூல்கள், மெய்யப்பன் பதிப்பகம், சிதம்பரம்*, 2007.

மாணிக்கம், வ. சுப., தமிழ்க்காதல், *ஸ்ரீ இந்து பப்ளிகேஷன்ஸ்*, சென்னை, 2009.

Beiser, Frederick (1998). Schlegel, Friedrich Von., In E. Craig (ed) R*outledge Encyclopedia of Philosophy,* London: Routledge, Retrieved April 19, 2015, from http://www.rep.routledge.com.

Encyclopedia of Philosophy, Stanford: The Metaphysics Research Lab.

Forster, M.N., After *Herder: Essays on Philosophy of Language in the German Tradition*, Oxford, 2009.

Internet *Encyclopedia of Philosophy,* www.iep.utm.edu.

Johann August Ernesti, *Elementary of Principles of Interpretation*, amazon.com.

Petre Pokorny, *Hermeneutics as a theory of Understanding,* books of google.co.in.

Ramberg, Bjorn, and Kristin Gjesdal, *Hermeneutics.* In: Edward N. Zalta (ed) The Stanford Encyclopedia of Philosophy, 2009.

Redeker, M., Schleiermacher: *Life and Thought* (Philadelphia, 1973).

Ricoeur, Paul, *Time and Narrative,* www.amazon.com.

Stanley E. Porter, Jason C. Robinson, *Hermeneutics: An Introduction to Interpretive Theory,* books on google.co.in.

Wilhelm Dilthey: Selected Works Volume 1: *Introduction to the Human Sciences*, google.co.in.

Zalta, Edward N., (ed) *Stanford Encyclopedia of Philsophy,* Stanford: Stanford University, http://plato.stanford.edu, 2009.

குறிப்புகள்

குறிப்புகள்

குறிப்புகள்

குறிப்புகள்

குறிப்புகள்